AF751793

CẶP NHẪN ĐỊNH MỆNH

VŨ XUÂN TỬU

CẶP NHẪN ĐỊNH MỆNH

Tiểu thuyết

NHÀ XUẤT BẢN
NHÂN ẢNH
2020

Chương một

1.

Te te, te tí tồ, te tí tồ, tồ te tí...

Tiếng kèn đồng cất lên, giai điệu man mác buồn, nhưng chính âm sắc lảnh lói của nó, khiến cho không khí buồn đau, mà không bi lụy. Cánh sinh viên Mỹ đã từng xác định, tiếng kèn đồng có màu nâu! Màu nâu, màu của đồng quê dân dã Việt Nam ta.

Tiếng trống thì thùng điểm nhịp theo, như tiếng đập của con tim nhỏ máu, hòa quyện với âm thanh màu nâu kia, tạo thành một thứ màu bã trầu, nhức nhối.

Tuyên nhìn trân trân vào đội kèn đồng nhà thờ xứ, nửa nghi hoặc, nửa mộng mị. Trong đầu Tuyên, xưa nay vẫn hằng nghĩ, đội kèn nhà thờ xứ thì chỉ tấu món thánh ca, chứ sao lại chơi cả bài *Hồn tử sĩ*[1], thế này! Chả nhẽ, giữa thế giới thánh thần và vô thần đã có sự hòa hợp?

Quang, cựu chiến binh đang nằm giữa quan tài kia, liệu có hay, trong lễ tang của mình, đội cựu chiến binh mặc quân phục trắng, mũ kê-pi làm nhiệm vụ phủ quân kỳ và cả đội kèn đồng nhà thờ xứ cũng vận đồng phục, mũ mão như vậy. Người thường khó phân biệt được bọn họ, lại ngỡ là một cũng nên...

---

(1) Nhạc và lời Lưu Hữu Phước. (Nhà nước Việt Nam cộng hòa đổi tên thành bài Chiêu hồn tử sĩ).

- Chuẩn bị lễ di quan! Đội đô tùy chú ý, một tiếng lắng nghe, hai tiếng thì chạm tay vào, ba tiếng thời từ từ nhấc lên. Nào!

Ông chấp hiệu giơ hai thanh tre lên cao quá đầu và gõ nhịp. Đám con cháu nhà Quang khóc rinh ran. Bỗng có một người đàn ông khóc rống từ ngoài cửa, rẽ đám đông, lao bổ vào quan tài, lu loa:

- Quang ơi, Hóa đây! Hóa về với Quang đây!

Hóa bám chằng lằng vào quan tài, như níu lại, khiến cả đám sững sờ giây lát. Ông chấp hiệu, sau khi hồi tâm, đi giật lùi, lại gõ thanh tre điểm nhịp và dõng dạc hô to:

- Đi nào!

Cả đám đô tùy bừng tỉnh, di quan. Tiếng khóc và kèn trống lại nổi lên rền rĩ.

Tuyên toan chạy vào, kéo Hóa ra, nhưng nghĩ thế nào, lại thôi, vẫn đứng chôn chân bên bàn vong. Hóa lại khóc rống lên, vồ lấy nắp quan tài. Tuyên chỉ sợ, Quang vục dậy, tát bốp vào cái mặt khốn nạn kia. Ôi, thế mà khi ông trưởng ban lễ tang vừa đọc xong điếu văn, Hóa liền vồ lấy mi-crô và đọc bài thơ vĩnh biệt; đoạn, châm lửa, trong ánh mắt ngỡ ngàng của bao người. Tuyên bấm bụng cười, sao mà giống chuyện Khổng Minh khóc Chu Du làm vậy. Hại chết người ta, rồi bày trò khóc lóc, che mắt thế gian.

2.

Hồn Quang đang ngự trên cỗ linh xa, chợt nghe tiếng Hóa khấn, lại vội bay lên cành phan cắm ở bàn vong, nhìn bài thơ bốc lửa. Từng dòng thơ hiện lên trên tàn tro, y như sự hiện hình trong khay thuốc tráng phim:

Ối, Quang ơi!
Nhớ linh xưa
Ba thằng vào lính
Cùng chung tiểu đội
Một tổ ba người
Củ sắn chia ba
Ba-lô san sẻ
Đường hành quân bám nhau em ngã anh nâng
Lá thư nhà đọc chung như cùng ruột thịt
Chiến trường ác liệt
Đạn bắn vào đạn, bom chồng lên bom.
May sao
Bom, đạn tránh người
Bao nhiêu đồng đội kẻ bay lên trời, đứa vùi dưới đất
Cả ba sống sót
Trở về sát cánh mưu sinh
Kiếp người lận đận
Vẫn trọn nghĩa tình...
Quang ơi!
Ngày xưa, ba thằng thề sống chết có nhau
Không ngờ lúc này lại ôm quan tài mà khóc
Ối, Quang ơi, là Quang ơi!

Hồn Quang nghẹn ngào, suýt tuột khỏi cành phan. Nó cũng là đứa có nghĩa tình, hay chỉ che mắt thế gian? Anh Tuyên đứng đây, đang trừng trừng nhìn nó. Ban nãy, Tuyên còn nghĩ là cái xác mình sẽ vục dậy, mà tát vào mặt Hóa một phát. Thế mà giờ đây, Tuyên cũng có vẻ cảm động, do bài thơ, hay do không khí tang lễ dễ gây xúc động lòng người?

Cái người Việt Nam mình cũng lạ, khi sống thì giành giật nhau, đánh cãi nhau, nhưng lúc chết thì lại tỏ ra thương tiếc, khóc lóc, ngợi khen cho linh hồn mát mẻ.

Ai mà chẳng thích khen, người sống đã vậy, huống chi linh hồn. Sao mà bây giờ, người ta phúng viếng nhiều thế, hàng triệu đồng? Đám hiếu bố mẹ quan chức cao cấp còn thu về hàng tỷ. Khi mà đồng tiền lên ngôi, thời buổi kim tiền ngự trị, thì phẩm giá con người hạ xuống, xã hội nhiễu nhương, dân lành thành cỏ rác. Ngay như cái tổ ba người của mình, trong chiến tranh thì sống chết có nhau, chia ba từ củ sắn, viên thuốc, đúng như bài thơ vừa hóa. Thế mà khi hòa bình, cùng lam làm với nhau, thì nó chiếm đoạt tất tần tật của mình, rồi hất cẳng Tuyên, giành quyền cai quản. Vậy mà, ban nãy, nó còn làm thơ khóc mình, thật chẳng hiểu ra thế nào nữa. Nó hơn người, ăn người là ở cái mẹo và là kẻ dã tâm. Hẳn nó cũng hiểu thế, nhưng vẫn sống thế, thớ lợ. Một xã hội đầu Ngô mình Sở là mảnh đất mỡ màu cho bọn lưu manh chính trị nảy nòi và sớm đông đàn dài lũ.

Trong không gian màu bã trầu, đặc quánh khói hương và tiếng khóc, khiến tâm tưởng con người hướng vào điều thiện. Mặc cho đường phố náo nhiệt xe cộ chạy qua chạy lại, nhưng trên hè phố được cái màu bã trầu quây lại, như bức tường bằng kính vô hình, tạo thành một cõi riêng, thiêng liêng và bi thương.

Hồn Quang đã lìa khỏi xác, nhưng dòng điện sinh vật vẫn còn níu lại giữa hai cực âm, dương. Mai ngày, cái xác vào áo quan tan vào đất, chỉ còn lại xương cốt, rồi cuối cùng, xương cốt cũng tiêu tan. Chẳng thế mà người ta đã hỏa táng xác chết, cũng là tính đến cái sự tận cùng ấy chăng? Tất cả tiêu vong, chỉ có linh hồn tồn tại. Hồn ta sẽ đi đâu, về đâu? Bỗng nhiên, Quang cảm thấy hụt hẫng, ngậm ngùi, thương cho bản thân mình.

Đây là ngôi nhà của bố mẹ để lại cho mấy anh em Quang. Khi Quang lấy Làn làm vợ, đã sang ở hẳn bên quán phở bà Múi, người đời gọi là ở rể. Thời làm ăn phát đạt, Quang đã sửa lại nhà cũ cho khang trang. Bố mẹ cũng ở được mấy năm mát mẻ trước khi khuất núi. Các em Quang, mỗi người mỗi phận. Khi trắng tay, chàng lại trở về ngôi nhà xưa bên phố. Cả dãy phố đồ sộ này, là của trời cho. Vốn dĩ, trước đây là đầm lau sậy, người dân cần cù cải tạo thành ruộng trồng rau muống. Thế rồi, thị xã nâng cấp lên thành phố, có con đường nội thành chạy qua, thế là trở thành tấc đất tấc vàng. Các hộ bán đi một phần đất thổ canh thổ cư, lấy tiền xây nhà cao cửa rộng.

Làn không dám ló mặt về. Mấy đứa con trai của các em chú, đứng đội nùn và chống gậy vông, thay cho con Sơn còn thơ dại, mà ở tận bên nước Mỹ xa xôi. Tuyên đã kíp thời gửi thư điện tử cho Út Lan, báo tin buồn. Cô gửi vòng hoa viếng, qua đường bưu điện. Băng chữ vắt ngang vòng hoa, có một không hai ở cái thành phố thượng du này:

Con trai Đinh Quang Sơn
và đại gia đình bên ngoại,
định cư tại bang California (Hoa Kỳ),
kính viếng hương hồn ba
Phê-rô Đinh Văn Quang.

Kèm theo, "*Lời phân ưu: Được tin ông Phê-rô Đinh văn Quang, hưởng thọ 53 tuổi, toàn thể gia đình quả phụ Út Lan, xin chân thành chia buồn cùng tang quyến và xin hợp một ý nguyện cùng cộng đoàn cầu cho linh hồn Phê-rô Đinh Văn Quang sớm được gần dung nhan Thánh Chúa*".

Trên cửa đại hội, treo bức trướng mang dòng chữ: "*Từ dưới vực sâu, con xin kêu lên Thiên Chúa*".

Đến lúc này, Tuyên mới biết, gia đình Quang theo Công giáo, nhưng từ bỏ Phát Diệm, lên xứ Tuyên thì nhạt đạo, khô đạo. Bợm thật, thế mà nó giấu được bấy nhiêu năm trong quân ngũ. Bây giờ đây, chứng kiến tang lễ hỗn độn lương- giáo, lòng Tuyên dâng trào nỗi buồn thương da diết.

Đoàn xe tang từ từ rẽ trái, vào nghĩa trang, khiến những chiếc ô-tô, xe máy, xe đạp ngược chiều dừng lại, nhường đường. Thoạt nhìn, cứ tưởng như thể hai đám tang gặp nhau, chỉ khác một điều là cánh lái xe ngược chiều, ném xuống đường những đồng tiền lẻ. Ờ, bây giờ, toàn xe Toyota- Nhật Bản và Huyndai- Hàn Quốc. Chả bù cho hồi chiến tranh, miền Bắc thì chỉ có xe Bắc Kinh, Giải phóng- Trung Quốc và Uát, Zin- Liên Xô. Thời cuộc thay đổi, xe cộ cũng đổi thay.

Đoạn đường từ nhà đến nghĩa trang chỉ non chục cây số, mà đoàn xe đi hết gần tiếng đồng hồ, phần là phải chạy chậm trong nội thành, phần do đường quốc lộ mới tu bổ, rải thảm bê-tông át-phan, nhưng đã nhanh chóng xuống cấp, tróc lở đầy ổ gà, ổ voi, chẳng khác gì những con đường bị đạn bom tàn phá. Nạn tham nhũng gặm nhấm đất nước như thần trùng. Thằng Hóa cũng nằm trong số thần trùng này đây. Thôi, trên dương gian còn chả làm gì được cái lông chân chúng nó; bây giờ, thác xuống âm phủ rồi, còn nước non gì? Nhưng không suy nghĩ, không phải người, dù có ra ma thì cũng phải bận tâm chứ? Người dân thường dù không làm chính trị, vẫn cứ bị chính trị rờ vào tận buồng ngủ, nên không lý gì lại đứng ngoài chính trị. Chỉ có đám văn nghệ sĩ, trí thức ươn hèn, mới hay cao giọng rằng, không can dự vào chính trị, để thoái thác nhiệm vụ bênh vực dân lành, cứu giúp dân tộc mà thôi. Bọn Quang đi lính, chẳng dùng súng để làm chính trị là gì? Nói đúng hơn, người lính và khẩu súng là công cụ của chính trị. Làm chính trị bằng bạo lực là cùng cực rồi. Chẳng thế mà nước nào trên thế giới cũng có quân đội và công an. Nói đến quân đội là súng đạn, và nói đến công an là dùi cui. Đó, đích thị là công cụ của kẻ làm chính trị. Chỉ những người cương cường mới dám chống lại nền chính trị phản động. Không biết dưới âm phủ, Diêm Vương có quy định hoạt động chính trị đối với hồn ma không? Nhưng chắc chắn, quỷ là có. Quỷ đầu thai lên dương gian làm chính trị đấy thôi.

Cái quan tài hình hộp chữ nhật, phổ biến ngàn đời ở miền Bắc, đã thay bằng quan tài khối lục lăng, kiểu miền Nam. Dân Nam bộ gọi là hòm, nhà bán quan tài gọi là trại hòm, nghe ngồ ngộ. Cái quan tài khối lục lăng này, dân phố vẫn thấy trên phim ảnh Âu, Mỹ, nay ngự trị trên toàn xứ này. Cái gì mình cũng học và làm theo Tây, Tàu. Không biết bọn họ, có học được Việt Nam cái gì không nhỉ? Một thời, cứ ngỡ mình là trung tâm thời đại, ra ngõ gặp anh hùng. Mãi sau mới ngộ ra, đấy là mẹo dụ con người ta ra trận và thắt lưng buộc bụng kẻ hậu phương.

Quang nhìn gương mặt mình lần cuối cùng qua nắp kính quan tài và bật cười khanh khách. Đàn bà trang điểm suốt đời, ngày nào mà chẳng son phấn. Đàn ông chỉ trang điểm hai lần, ấy là ngày cưới sắm vai chủ rể đi đón cô dâu và lúc nhắm mắt xuôi tay, sang thế giới bên kia. Cái trò trang điểm xác chết mới xuất hiện thôi, nghĩ cũng hay hay, khuôn mặt xác chết vô cảm, nhưng ai nấy thận trọng và có chút thiêng liêng huyền bí, khiến Quang cảm động vô chừng. Thế là môi đỏ tươi, má hồng, mặt trắng, nhưng cái cổ thì màu nâu đen nguyên bản, nên khuôn mặt như thể mượn của ai. Cra-vát ai thắt đến điệu, nổi bật trên cái áo sơ-mi trắng và bộ com-plê đen. Đôi giày da đen đặt cạnh chân. Bàn tay đi găng và bàn chân sỏ tất, để khi bốc mộ không bị rơi xương đốt ra ngoài. Tất và găng ni-lon bền lắm, ba năm vẫn nguyên. Ông thợ khâm liệm còn đặt bộ dao cạo râu, cái lược, bàn chải răng và bộ bài tam cúc, y như thể Quang chuẩn bị cho mỗi chuyến đi xa vậy. Ô, nhìn mặt, mình khác gì chính khách, nào! Phía sau gáy, tóc không được chải, cổ áo cũng không được bẻ xuống, cả vạt áo sau lưng cũng chưa bỏ hết vào trong cạp quần... Ôi trời, người ta chỉ quan tâm đến cái đằng trước và khen ngợi trước mặt nhau, còn hay sơ xuất phía sau và nói xấu sau lưng. Nhưng đó là tập tục cố hữu hàng ngàn năm của giống người. Không biết xuống âm phủ có đảo ngược lại không?

Chương hai

1.

Nhìn cảnh, mỗi người cầm một hòn đất ném xuống quan tài của Quang, Tuyên bỗng nhớ thời chiến tranh. Cái đêm Tuyên và ông Ba, trốn trong chiếc ghe úp sấp bên bờ kênh, giật mình thon thót, khi nghe tụi lính đi tuần, ném đất đá xuống ghe, hù dọa...

Đêm đó, Tuyên được giao nhiệm vụ bảo vệ ông Ba, một cán bộ cỡ bự, đột nhập ấp chiến lược. Sau này, ra Bắc học, Tuyên mới liên hệ thấy, cái trò ấp chiến lược của ông Ngô Đình Diệm, cũng chẳng khác gì bức tường Béc-lin ở Đức. Ấp chiến lược tách cách mạng ra khỏi dân chúng, như kiểu tát nước bắt cá. Bức tường Béc-linh cũng ngăn chặn, không cho dân Đông Đức, chạy sang Tây Đức. Nhưng hồi đó, Tuyên cũng chỉ cảm thấy bình thường, giống như làng kháng chiến vậy thôi. Xung quanh ấp chiến lược là hào nước cắm chông dừa và kế bờ rào, cổng có đặt chòi gác và người đi đồng bị kiểm soát, không cho mang đồ ăn, thức uống tiếp tế Việt Cộng. Người đi làm đồng cũng quản lẫn nhau, không cho tiếp xúc Việt Cộng. Việt Cộng coi như cá, dân ví như nước. Cá tách khỏi nước thì chết cạn. Việt cộng lìa dân thì chết khô. Bởi vậy, chuyến đi bảo vệ ông Ba của Tuyên, có tầm quan trọng, khơi thông nguồn nước ấy.

Tuyên là tay súng thiện xạ, gan dạ và liều lĩnh, nhiều khi thoát chết trong gang tấc. Đơn vị tuyên dương là mưu trí, dũng cảm. Bởi thế, Tuyên được phái sang ban địch vận, chủ yếu làm nhiệm vụ bảo vệ cán bộ đột ấp. Tưởng gì, hồi bộ đội miền phối thuộc du kích, Tuyên đã hoạt động mãi ở vùng này. Đánh tan âm mưu lập ấp chiến lược của Mỹ- Diệm là một thắng lợi có tính chiến lược. Nghe nói, chuyện lập ấp này, do tình báo CIA(2) chỉ huy, ghê thế.

- Ê, Việt Cộng! Chun ra khỏi ghe! Mau!

Nghe tiếng quát tháo của bọn dân vệ đi tuần bên bờ kênh, Tuyên nghĩ bụng, chắc là cái trò rung chà cá nhảy, thế mà trong lòng vẫn lo ngay ngáy, phải chi có quả lựu đạn, hoặc khẩu súng ngắn trong tay, Tuyên sẽ bật ghe, quyết sống mái với tụi nầy, đánh lạc hướng cho cán bộ chạy thoát. Nhưng oái oăm, trước lúc lên đường, ông Ba bảo, bỏ vũ khí lại cứ. Tuyên toan cự nự. Ông Ba hiểu ý, vỗ vai Tuyên, rồi chỉ vào đầu và bụng, ân cần nói nhỏ: "Vũ khí là đây nè!". Nghĩa là ông ta muốn nói về khối óc- mưu trí và lá gan- dũng cảm.

- Tau liệng trái da láng(3), nè!

Bỗng nghe "bịch" một cái trên đáy ghe, ngỡ như hòn đất ném xuống nắp quan tài. Tuyên giật nảy mình. Ông Ba bóp chặt tay Tuyên, thì thào: "Nó dọa đó, liệng thật thì kêu làm chi". Nếu còn khẩu K59, loại súng Liên Xô, giắt cạp quần gọn nhẹ hơn K54 của Trung Quốc, chắc Tuyên sẽ quên lời ông ba dặn, xông ra.

Bọn chúng cười hô hố và thi nhau đái xuống ghe, nghe xối xả như máng nước mo cau trong trận mưa rào. Chúng bỏ đi hồi lâu, Tuyên mới thận trọng chui ra trước, cảnh giới cho ông Ba men theo bờ kênh vô ấp. Lúc đó, Tuyên mới cảm phục cơ mưu của ông Ba. Nếu không thì, thay bằng cục đất và nước đái là hàng tràng AR15, cái ghe sẽ thủng như mắt sàng... Tuyên bủn rủn cả người, không dám nghĩ tiếp. Ông Ba vẫn bình thản,

---

(2) Cục Tình báo trung ương Mỹ (Central Intelligence Agency).

(3) lựu đạn Mĩ

tháo cái khăn rằn trên cổ, vấn lên đầu, nom như cái mỏ rìu, đặc nông dân Nam bộ. Ở lâu với ông Ba, Tuyên nhận ra, cái khăn rằn như một bộ phận thân thể ông, nên không rời nó bao giờ. Mỗi khi giặt phơi, Tuyên tò mò đếm được bảy lỗ thủng, nên gọi là khăn bảy lỗ. Ông kể, có lần đi công tác, bị đạn xuyên qua đầu rìu, thế mạng, nên nó thành vật tri âm, tri kỉ.

Nông dân Bắc Bộ thường mặc áo quần ta, màu nâu, còn Nam Bộ thì bận bà ba đen. Hai màu ấy mang nét dân dã, đồng quê và dễ giặt, rũ loáng cái xong. Mãi sau, Tuyên mới nghe cánh họa sĩ bảo, trong màu nâu đã có màu đen rồi. Không chừng, rồi âm thanh cũng có màu...

Ông Ba chui vào nhà dân đầu ấp. Tuyên cảnh giới bên ngoài. Muỗi nhiều như trấu, có thể quơ tay bắt được cả nắm. Nhưng Tuyên đã luyện sống chung với muỗi. Nếu theo phản ứng tự nhiên, đập "bộp" một phát, thì ôi thôi, lạy ông tôi ở bụi này.

Gió đồng phóng túng. Trời đầy sao như chiếc bánh đa vừng khổng lồ. Những tàu dừa nghều ngào như cánh tay ma. Mùi hương vú sữa thoang thoảng... Ông Ba ra tự lúc nào, đập nhẹ vào vai một cái, Tuyên mới tỉnh giấc và ngượng nghịu đứng dậy. Cả hai lại lầm lũi thoát ra cánh đồng. Mùi sen. A, sắp đến đầm sen rồi. Đến đầm sen là có xuồng giao liên chờ sẵn. Tuyên cất tiếng bìm bịp. Có tiếng bìm bịp đáp lại. Cả hai thở phào nhẹ nhõm.

2.

Pra-ha, đêm không ngủ...

Dân Tiệp nổi loạn.

Nhưng rồi chỉ trong một đêm, xe tăng và quân Liên Xô đã án ngữ từng góc phố. Không chỉ dân Tiệp bàng hoàng, mà Hóa cũng kinh ngạc, y như thể người ta dùng phép thăng thiên, hay độn thổ vậy.

Dân nổi loạn, chủ yếu là trí thức.

Mình rồi cũng thành trí thức, nhưng trọn đời theo Đảng Lao động Việt Nam. Người đã mang lại độc lập, tự do, cơm no, áo ấm cho toàn dân. Tuy đời sống dân ta chưa bằng Tiệp và Đông Âu, nhưng theo lời các cụ kể, thì đã hơn hẳn thời xa xưa đeo dây buộc túm, cơm cám, ổ rơm. Dân Tiệp không thiếu đói, còn sung sướng là đằng khác, nhưng lại muốn tự do, dân chủ kiểu phương Tây. Rõ là ăn no ấm cật, giậm giật biểu tình. Biểu tình là hành động chống Đảng rồi còn gì, phản đối mà lại. To gan, dám chống cả Đảng, bọn cãi đài...

Sứ quán đã phổ biến, trong khi bao thanh niên ưu tú ra mặt trận, thì mình được đi nước ngoài học tập, để rồi trở về xây dựng đất nước. Không được tham gia, bàn tán về chuyện nước sở tại. Cái này, chả nhắc thì anh em sinh viên ai cũng tự biết. Nếu không có quân đội Liên Xô can thiệp kịp thời, có khi bọn Hóa đã phải cuốn gói tếch về nước rồi, làm gì còn có chỗ mà học.Thế mà dân Tiệp, lại phản đối quân đôi Liên Xô, cho là quân xâm lược. Lạ nhỉ? Cùng chung một mảnh đất, cùng sống trong một sự kiện, thế mà người ta nghĩ trái ngược hẳn nhau? Mình sẽ mãi mãi nghĩ theo Đảng, nói theo Đảng, làm theo Đảng.

<u>Ký túc xá sinh viên, ngày chủ nhật tươi hồng...</u>

Hôm nay, học tập tấm gương anh hùng liệt sĩ Nguyễn Văn Trỗi, chỉ chín phút trên pháp trường mà làm nên lịch sử. Mình viết đơn tình nguyện bằng máu, xin về nước, để ra chiến trường. Anh Trỗi chưa diệt được tên Mác-na-ma-ra, thì mình sẽ tiếp bước anh. Thương chị Phan Thị Quyên quá! Bọn sinh viên nữ khóc sướt mướt, mình phải làm công tác tư tưởng, người đoàn viên Đoàn Thanh niên Lao động Việt Nam không được ủy mị, yếu đuối, phải biến tình thương thành lòng căm thù, lao lên tuyến đầu trong học tập, rèn luyện, để trở về xây dựng đất nước.

Xin phép nhà thơ Tố Hữu, chép bài thơ Hãy nhớ lấy lời tôi, đăng trên báo Nhân dân:

Có những phút làm nên lịch sử
Có cái chết hóa thành bất tử
Có những lời hơn mọi bài ca
Có con người từ chân lí sinh ra.

Trời ơi, mình thú vị nhất là câu: "Tên anh đã sáng ngời trên báo Đảng". Thật là tột đỉnh vinh quang!

Ám sát cả bộ trưởng quốc phòng của địch, chỉ những người cộng sản đa mưu túc kế mới có thể làm như vậy. Mình sẽ đăng ký ám sát tổng thống, không phải để nổi danh, mà là diệt hẳn kẻ chủ mưu xâm lược. Đào tận gốc, trốc tận rễ, là truyền thống cách mạng của quê ta. Mình sẽ quấn thuốc nổ và tạc đạn quanh người, lao thẳng vào kẻ thù và hô vang khẩu hiệu, khẩu hiệu gì nhỉ? Hồ Chủ tịch muôn năm thì nhiều người hô rồi, thậm chí, trong cải cách ruộng đất, có người bị xử bắn oan, cũng vẫn hô như vậy, riêng anh Trỗi hô những ba lần. Mình là trí thức cảm tử, sẽ hô vang: "Việt Nam lương tri nhân loại muôn năm!". Rồi thì đài, rồi thì báo trên toàn thế giới sẽ lên tiếng chống chiến tranh xâm lược. Nếu không may bị lọt vào tay giặc, mình sẽ bấm kíp nổ và...

L. anh rất mến em.

Rồi mai đây, trên đường hành quân ra chiến trường, mỗi khi dừng chân, anh sẽ viết thư cho em, mỗi ngày một lá. Lúc đó, không phải giấu giếm tình cảm làm gì nữa. Bởi vì, anh chiến sĩ quân giải phóng miền Nam Việt Nam, yêu cô sinh viên du học tại một nước xã hội chủ nghĩa, thì tuyệt quá đi chứ, cùng chung lí tưởng mà. Em hãy gắng học thành tài, học thay cả phần anh, để rồi, trở về kiến thiết đất nước, sau chiến tranh, L. nhé!

*

Bè bạn chuyền tay nhau đọc nhật kí của Hóa, rồi chuyện loang ra cả kí túc xá. Ai cũng bảo, Hóa sống có lí tưởng. Sứ quán hay tin, tổ chức tuyên truyền, nhân Hóa lên thành điển hình tiên tiến, trong phong trào thi đua noi gương anh hùng liệt sĩ Nguyễn Văn Trỗi.

Thế rồi, cuốn sổ nhật kí có bìa đỏ giả da biến mất. Đó là cuốn sổ tay lưu niệm mang từ Việt Nam sang. Hẳn là ai đó đã giấu đi, làm của riêng rồi. Mất của, mà Hóa lại cảm thấy lâng lâng vui. Hóa mua cuốn sổ mới, của Liên Xô hẳn hoi.

Bỗng một hôm, bà lao công xúc tuyết, nhặt được cuốn nhật kí ở góc sân trường. Nó đã bị thấm ẩm, mờ nhòe như giấy lộn ngâm nước gạo và lạnh giá như xác chết. Không biết kẻ nào ghen ăn tức ở, viết nguệch ngoạc dòng chữ to như gà mái ghẹ: "Hâm tỉ độ!". Hóa điếng người và ngộ ra nỗi cay đắng, như thể ca sĩ lóa đèn, bước hẫng ra ngoài sân khấu.

Tuyết trắng màu tang tóc, còn đâu những ngày tươi hồng. Hóa đang sôi nổi, đột nhiên trở nên trầm tư...

Chương ba

1.

Đang dận giày da, chắc chân, nay xỏ dép cao su, Hóa cảm thấy nhẹ tênh, bước cứ hâng hẫng thế nào; có dễ, đến nửa buổi mới quen chân. Cái anh dép cao su Trung Quốc trang bị, nghe nói, không mấy khi tụt quai, nhưng vẫn được bên quân trang phát cho mấy đoạn quai dự phòng và cái kẹp rút dép bằng thép mỏng nữa. Nghe vậy, nhưng bọn Hóa không tin cho lắm, bèn lén rủ nhau ra ngoài cổng làng. Tuyên và Quang cảnh giới, Hóa mặc quần đùi lội xuống ruộng thụt, ngập đến bắp chân, vướng dép, không rút chân lên được, chới với như cò dính bẫy nhựa. Cả hai phải xúm lại, kéo Hóa lên. Hai đế dép bám bùn, khiến tám cái quai dài ngoẵng ra, như một chùm đỉa, thế mà không tụt. Hóa cười cười, trượt chân, ngã dúi xuống ruộng. Tuyên và Quang lại phải kéo lên. Hóa bẩn như trâu đằm, nhưng quai dép vẫn y nguyên. Cả ba thán phục cái anh dép tàu. Thế này, vào chiến trường, không phải lo cho đôi bàn chân nữa.

Chuyện vỡ lở, Hóa tưởng bị chê cười, nhưng lại được khen:

- Trí thức có khác, cái gì cũng thử nghiệm, rồi mới tin, thận trọng đến thế là cùng.

- Đang học bên Âu châu, thế mà viết đơn bằng máu, xin về nước để ra chiến trường đấy.

- Thế mới gọi là trí thức xã hội chủ nghĩa, do Đảng, Bác Hồ rèn luyện...

Hóa nghe, nở từng khúc ruột.

Đơn vị tân binh đóng quân trong làng. Làng trung du trập trùng đồi cọ. Hằng ngày, đơn vị hành quân ra bãi tập, ngay trong rừng cọ, vừa tránh được máy bay Mĩ, lại vừa mát mẻ. Một hôm, đơn vị đang hạ khoa mục bồng súng đi khom cao, thì bất chợt có máy bay lướt qua. Không biết của ta, hay địch, nhưng nó bay thấp lắm, thấp đến nỗi, nhìn thân nó lướt qua tán lá cọ, to như cái thuyền câu. Tiếng xé gió thét lèn lẹt, tưởng thủng màng nhĩ. Cả tiểu đội lăn vào gốc cọ, theo phản xạ tự nhiên. Một lúc, anh em lồm cồm bò dậy, cười nói rinh ran cả khu rừng. Tiểu đội trưởng hô tập hợp lại đội hình. Chờ mãi, không thấy Hóa đứng dậy, tiểu đội trưởng phải xẵng giọng: “Đồng chí Hóa, tháo đạn đứng dậy!”. Nhưng Hóa vẫn nằm úp sấp, không nhúc nhích. Tiểu đội trưởng phải hạ lệnh cho Tuyên và Quang, đến xốc Hóa đứng lên. Thì, trời ơi, đũng quần Hóa đã ướt nhoẹt từ lúc nào. Mặt Hóa đỏ như gấc, cúi gằm. Anh em trong tiểu đội bấm nhau cười khúc khích.

Sự cố bất ngờ xảy ra, khiến Hóa bỏ ăn, phát ốm, phải đi điều trị bệnh xá trung đoàn. Quyển sổ nhật ký, hằng ngày, Hóa ghi chép chuyện huấn luyện gian khổ, chuyện dân vận đầy tình nghĩa quân với dân và với bao hoài bão, lý tưởng tốt đẹp. Cả đơn vị truyền tay nhau đọc, khác nào tiểu thuyết *Thép đã tôi thế đấy*[4]. Nhưng bây giờ, nó nằm chết lặng dưới đáy ba-lô. Hình như, Hóa cũng ngượng với cả nó, nên không ghi chép gì nữa.

Quyển sổ nhật ký như một tấm gương, phản chiếu khuôn mặt, cuộc sống và lý tưởng, nhưng không soi được ra sau gáy và cũng không soi được vào lá gan của Hóa.

---

(4) Ni-cô-lai A-xtơ-rốp-xki, Thép đã tôi thế đấy, tiểu thuyết

Khí thế tiểu đội đang hừng hực, nay lặng đi, ai cũng cảm thấy sường sượng thế nào ấy, khi điển hình trí thức xã hội chủ nghĩa hiện nguyên hình là một anh hùng rơm. Chính trị viên đại đội phải xuống làm công tác tư tưởng cho cán bộ, chiến sĩ trong tiểu đội và trung đội.

2.

Nhìn thằng tù binh đi chân đất, Hóa chợt nhớ đến ngày đầu quân, cũng bỏ giày đi dép và sự cố ê chề... Thằng này, da bàn chân non như trẻ thơ, nên mỗi khi giẫm phải hòn sỏi, hay mẩu cành cây, cọng cỏ là nó ghến cả người lên, nom rất tội nghiệp.

- Phải bắt nó cởi giày, khoác lên cổ mà đi chân đất. Chân đất, chính là sợi dây vô hình và kì diệu, trói buộc nó. Mày, một tay xách nặng. Nó thì như con bò mộng, ngộ nhỡ xảy ra tình huống, lại vãi đái ra quần. - Tay tiểu đội trưởng bỗ bã.

- Ông cứ nói thế, phiền quá. - Hóa không dám cãi to, chỉ lủng bủng trong mồm.

- Mày đưa tù binh đi, rồi về trển luôn. - hắn học được cách nói tắt từ "trên ấy" thành "trển', kiểu Nam Bộ.

- Thằng Giôn có liên quan gì đến nhiệm vụ, mà cấp trên gọi tôi mang lên?

- Một công đôi ba việc, người còn nhiều nhặn gì đâu mà bày ra lắm. Mà này, - hắn ghé tai nói nhỏ. - Có cơ hội là, - hắn ngoắc ngón tay trỏ phải, làm động tác bóp cò súng, - thế nhé!

- Ơ, thế còn gì chính sách tù binh? - Hóa vẫn ngây thơ.

- Con khỉ, - hắn cáu. - Cứ thế mà làm!

Thằng Giôn vẫn ghến chân bước, gợi cho Hóa nhớ mùa đông thôn quê. Tối đến, rửa chân qua loa ở cầu nước, rồi ghến bước vào ổ rơm, kẻo bẩn cái chăn chiên Nam Định, mạ mới mua. Cả nhà, có mỗi cái chăn chiên, phải đắp thêm chiếu lên trên, thế mà ấm hủm

Bất chợt, Giôn lao bổ xuống vệ đường. Hóa nhảy lùi, kéo quy lát AK.

- Nâu! Nâu! Xi-mốc-king... (No! No! Smoking) - Giôn nhìn họng súng, tái mặt, líu cả lưỡi, thanh minh và chiềng ra mẩu thuốc lá.

Thì ra, nó thèm thuốc quá. Hóa vẫn cảnh giác, trừng trừng nhìn nó và gật đầu, tỏ vẻ hiểu ý. Nó lại ngậm mẩu thuốc ngắn củn lên miệng và ra hiệu xin hút thuốc. Hóa cũng xòe tay, bổ bổ ngón cái kiểu đánh bật lửa và xua tay ra hiệu, ý nói là không có lửa. Giôn cười ranh mãnh, gỡ đôi giày đang treo trên cổ xuống, móc bít-tất lấy ra cái bật lửa zippo. Vừa thấy cái zippo, mắt Hóa đã sáng lên. Món đồ thủy quân lục chiến này, ai chẳng mơ có một cái. Cử chỉ khá lộ liễu của Hóa, không qua khỏi mắt Giôn. Nó thong thả châm lửa, rít một hơi đỏ nòng, vêu mồm lên nhả khói, đầy vẻ mãn nguyện. Đoạn, nó chìa cái bật lửa, nói câu gì đó bằng tiếng Anh, mà Hóa hiểu là nó cho. Hóa cảnh giác, ra hiệu cho nó bỏ xuống đất. Nó lại cười ranh mãnh và đứng dậy, cất bước, đầy vẻ khoái chí. Đợi nó đi cách xa cái bật lửa một đoạn, Hóa mới thò tay xuống nhặt, bỏ túi quần. Ơ, sao mà bọn Tuyên, Quang không kiểm tra kĩ nó nhỉ? Nó qua mặt, giấu được cái bật lửa, vậy liệu trong giày và tất của nó, còn gì? Hóa gọi to. Nó dừng lại. Hóa ra hiệu cho nó bỏ giày xuống. Giôn sững sờ giây lát, rồi chợt hiểu. Hóa lại giục nó đi cách xa mấy bước, rồi mới cúi xuống kiểm tra kỹ cả giày và tất. Không có gì khả nghi, nhưng Hóa cảnh giác, thu lại đôi giày, tròng lên cổ mình. Giôn khoái trá, cười thành tiếng. Hóa bực, quát: "Đi!". Có lẽ, nó hiểu mệnh lệnh, nên cất bước thoăn thoắt, chứ chưa chắc đã biết tiếng Việt. Ngoài ngôn ngữ là chữ viết, lời nói, người đời còn giao tiếp với nhau qua ánh mắt và cử chỉ. Nhiều khi, mấy thứ đó, còn hiệu nghiệm hơn cả lời nói, chữ viết.

Vượt qua trảng cỏ, bất chợt, một dãy ao đầy nước hiện ra, khiến cả hai sững sờ. Tuy không ai nói với ai, nhưng đều cùng nhận ra, đây là những hố bom B52 rải thảm. Trận bom chắc đã lâu ngày, cỏ non đã mọc trên bờ hố bom và đàn cò nhởn nhơ kiếm mồi. Thấy có người lạ, nhưng chúng cũng chỉ tớn tác đôi chút. Rồi tỏ vẻ như không bận tâm với hai gã khách không mời mà đến, chúng lại cần mẫn kiếm ăn. Giôn sáng mắt lên, nói với Hóa, bằng tiếng Anh:

- Oa-chờ đờ-rinh! (Water drink) - Giôn là động tác vốc nước uống.

Hóa hiểu là Giôn xin uống nước, cũng vui vẻ gật đầu đồng ý. Giôn như vồ lấy ao nước. Nếu không có khẩu AK canh chừng, thì có lẽ, nó đã nhảy xuống mà vùng vẫy cho thỏa cơn khát và cái nóng cao nguyên miền Trung. Thằng này, tính sôi nổi, ưa hoạt động, Hóa nghĩ bụng và bất giác rê nòng súng về phía Giôn.

Giôn đang vã nước lên mặt và cổ, đầy vẻ hứng thú. Linh tính thế nào, nó đột nhiên quay đầu lại, chợt ra họng súng và động tác nheo mắt, kéo cò của tay Việt Cộng. Ba con mắt nhìn nhau, cùng đờ ra. Như một luồng điện phóng qua, Hóa kéo cò rất nhanh, nếu không, sẽ bị con mãnh thú cùng đường, vồ nghiến. Ranh giới mỏng manh của sự sống và cái chết của cả hai bên, nhưng Hóa lợi thế về sự chủ động và có vũ khí sát thương nổi tiếng thế giới. Tiếng nổ chát chúa, làm vỡ tan không khí tĩnh mịch của ao đầm và lũ cò vỗ cánh bay lên, kêu thảm thiết. Màu trắng cánh cò như những mảnh khăn tang chấp chới...

Giôn ngã gục xuống, trong tư thế đang chồm dậy, vồ đối thủ. Đôi mắt của Giôn như hai ngọn lửa xanh, chiếu thẳng vào mắt Hóa. Chúng cũng chuyển rất nhanh từ sự ngỡ ngàng sang căm giận. Nếu công đoạn căm giận nảy ra ngay tích tắc đầu tiên, có lẽ, tình thế đã thay đổi. Hóa chợt nhớ câu nói của tay tiểu đội trưởng: “Nó thì to như con bò mộng, nhỡ xảy ra chuyện gì...”.

Kể từ giây phút ấy, đôi mắt xanh đầy ma lực của giôn, ám ảnh Hóa suốt đời.

Mỗi khi trên đường phố, đèn xanh bật sáng, Hóa nhấn ga trong mộng mị và cảm thấy mớ tóc xoăn màu hạt dẻ và hàm râu quai nón của Giôn.

Và khi bên thác nước, Làn nói thoảng trong hơi gió về cái sự gì đó lọt vào cặp mắt xanh, thì Hóa lại nhớ tiếng cười sảng khoái và tính cách sôi nổi của Giôn.

Và mỗi khi, nhằm hạ gục đối thủ cạnh tranh trên thương trường, Hóa lại nhớ khoảng khắc bóp cò, trước khi ánh mắt đối thủ kịp vằn lên tia phản kháng, như ánh mắt Giôn.

Quyển sổ nhật kí thời sinh viên bị ném vào tuyết và quyển sổ nhật kí thời quân ngũ nằm chết gí dưới đáy ba-lô, rồi vùi vào bếp lửa và con gấu Giôn chưa kịp chồm lên... Tất cả, giúp cho Hóa rút ra một cẩm nang sống, với triết lí phũ phàng rằng, nếu mình buông xuôi, hoặc không kịp giành lấy thời cơ, thì đồng nghĩa với thân phận bị chà đạp.

Trong chiến tranh, quân hai bên “thịt” tù binh là chuyện thường. Mình lọt vào tay nó, chắc sẽ bị moi gan làm đồ nhắm rượu. Nghĩ vậy, Hóa rùng mình, vội sờ lên bụng, nơi có lá gan đang lặng lẽ lọc chất độc trong cơ thể. Thế thì, mình “ngả” một thằng cũng chẳng sao, lại được đánh giá lập trường vững vàng, hoàn thành xuất sắc nhiệm vụ được giao.

*

Liên Xô viện trợ vũ khí mới, Hóa được gọi lên bộ tư lệnh dịch tài liệu hướng dẫn. Mấy ông quân lực và tham mưu, cứ ngỡ Hóa đã học ở Đông Âu là rành tiếng Nga, sẽ dịch như cháo chảy. Đâu ngờ, Hóa chỉ đủ vốn nghe hiểu mà thôi. Vả lại, chẳng có từ điển chuyên môn. Còn cụm từ ghi tiếng Nga trên thùng hàng, lại được dịch viết luôn bằng tiếng Việt, chả cần dịch, nhưng ai cũng biết: "Chế tạo tại Liên Xô". Thậm chí, chỉ nhìn mấy chữ Nga viết tắt "CCCP", thì dân gian luận theo nghĩa Việt là "Các Chú Cứ Phá". Nhớ lại cuộc bạo loạn Tiệp Khắc năm nào, và xe tăng cùng quân đội Liên Xô trấn giữ từng góc phố, Hóa mới nhận ra, chỗ nào cũng có bàn tay Liên Xô. Liên Xô và Mỹ đối đầu trên thế giới, cung cấp vũ khí cho các nước, chia phe đánh nhau, gây nên cuộc chiến tương tàn, vì cả hai cùng giành giật đất đai và lòng người.

Thế là, Hóa lại được trả về đơn vị, bỏ lỡ cơ hội đổi đời, gần trên dễ lên... Chả gì, Hóa cũng từ nước ngoài trở về, viết đơn bằng máu xin ra mặt trận, lại khử được tên Mỹ to đùng và ngoan cố đến lì lợm, không thể khai thác được gì ở nó.... Hằng ngày, Hóa vẫn mang chiếc khăn lí tưởng phủ lên nòng súng, nhưng không che nổi ánh mắt của Giôn. Nghe nói, trong mắt người chết, lưu lại được hình ảnh cuối cùng. Chả lẽ, trong mắt Giôn còn có hình bóng một chiến sỹ Quân giải phóng miền Nam Việt Nam và khẩu AK Liên Xô ư?

Bất chợt, Hóa nhớ đến cái bật lửa zippo. Zippo của độc, Mĩ chỉ sản xuất hai ngàn cái, dành cho thủy quân lục chiến. Cái bật lửa đã để lâu không dùng, mà mỗi khi chạm phải nó, Hóa cảm tưởng như bỏng rát bàn tay.

Chương bốn

1.

Tiểu đội phân công tổ của Tuyên, Quang, Hóa tiếp cận và kiểm tra ngôi biệt thự màu xanh. Cả dãy phố, tường nhà nào nhà nấy sơn màu trắng, thì ngôi biệt thự này lại sơn màu xanh, khiến nó nổi bật vì sự khác biệt. Ngôi biệt thự xanh lại nằm trong vườn cây vú sữa, nên tạo thành một thế giới xanh. Cổng và cửa chỉ khép hờ, không bấm ổ khóa. Có lẽ, chủ nhân của nó biết sẽ có cuộc kiểm tra chi đó của quân cách mạng, nên ngỏ cửa chờ sẵn chăng?

Tuyên phân công Hóa gác cổng, Quang gác cửa, còn mình thì lăm lăm súng trong tay, vừa gọi to đánh tiếng, vừa đẩy cửa bước vào. Phòng khách vắng ngắt, trên bàn trà thấy có tờ báo mở sẵn, đập vào mắt là hình ảnh một cô gái lõa lồ, nom phát ngượng, phía dưới có mấy câu thơ:

Em chẳng lấy chồng Việt Cộng đâu
Lấy chồng Việt Cộng ăn toàn rau
Bàn tay chỉ nhăm nhăm súng đạn
Một phút ôm em chín tháng sầu...

Cố đọc nốt đoạn thơ, máu dồn lên mặt, Tuyên quật bộp tờ báo xuống bàn, quát lớn:

- Quân phản động!

Nghe tiếng động, Hóa hỏi giật giọng:

- Gì thế?

- Tờ báo thôi. - Quang ngoái ra, nói to.

Lập tức, một cô gái chạy ra, mặt tái mét, nói không ra hơi:

- Quý anh cách mạng, kêu chi?

Tuyên tức sùi bọt mép, mặt rắn đanh, chỉ tờ báo, dằn giọng:

- Chứa chấp tài liệu phản động?

Cô gái lén ngó tờ báo, phá lên cười một cách vô duyên:

- Bài thơ chọc quê, quý anh... - cô gái vội nín bặt; đoạn, liếc nhìn người chủ nhân mới của thành phố vừa bị chiếm đóng.

- Nhà có mấy người? Có tụi Ngụy quân, Ngụy quyền trốn ở đây không? - Tuyên nghiêm giọng hỏi.

- Dạ, có hai má con thôi à. - Cô gái rành rọt trả lời.

Đến lúc này, Tuyên mới nhìn kĩ cô gái: khuôn mặt trái xoan, không son phấn, móng tay cắt ngắn, mặc quần phăng màu tàn thuốc, ống đứng và áo cổ tròn, nom không phải dân ăn chơi, nên Tuyên có chút thiện cảm, lòng dịu lại. Nhớ lời huấn thị, đánh thành phố phải cảnh giác với bọn "Thiên nga" và những viên đạn bọc đường, nhưng ngửi thấy mùi da thịt, đầu tóc con gái có cái gì rất gợi cảm, nhất là nhìn vồng ngực căng tròn, khiến đũng quần cụ cựa, Tuyên liếc trộm và lặng lẽ ngồi xuống ghế, với tờ báo, vờ quạt mấy cái lấy lệ, rồi đặt vào lòng. Cô gái vô tâm, tưởng anh nóng, vội bưng ra một cốc nước:

- Mời quý anh, uống li trà đá nóng.

Tuyên phì cười, khi nghe từ "đá nóng". Nước đóng băng là dưới bốn độ xê (4^{0}C) rồi, làm gì còn nóng? Cô gái thấy anh bộ đội cách mạng cười, thì cũng cười theo, trong lòng đã bớt sợ, bèn đánh bạo hỏi, xem cách ăn vận của cô đã phù hợp với chế độ cộng sản chưa:

- Bộ, ngó em ngộ lắm hả?

- Không, tôi nghe "đá nóng" thấy ngồ ngộ thôi. - Tuyên thành thực.

Cô gái hơi có vẻ thất vọng, vì không được một lời nhận xét về sự lột xác của mình, nhưng tưởng anh ta không hiểu về li nước, vội giải thích, chính là nước trà nóng, chế vô mấy cục đá cho mát. Thấy cô gái có vẻ xởi lởi, Tuyên thẩm vấn dưới hình thức câu chuyện xã giao, để cho không khí bớt căng thẳng:

- Gia đình ta, quê đâu?

- Má em biểu, dân Phát Diệm di cư.

Nghe vậy, Tuyên giật mình. Dân Phát Diệm là Công giáo toàn tòng, chống cộng có nòi. Tuyên lấy lại tư thế ngồi nghiêm chỉnh, tờ báo cũng không cần đến nữa, nên được đặt lại mặt bàn và hỏi tiếp:

- Ba, má đâu?

- Dạ, má em bịnh... - Cô gái có vẻ lúng túng.

- Còn ba? - Anh nhắc lại, dằn giọng như hỏi cung.

- Dạ, ba em di tản theo sứ quán Hoa Kỳ, mấy bữa rồi. - Cô gái trả lời, như thở hắt ra.

- Nhà có mấy anh em? - Anh hỏi cô gái, nhưng mắt nhìn vào khẩu AK, để bên hông.

- Dạ, có anh trai... - Cô gái càng dè dặt hơn, lấm lét nhìn Tuyên.

Tuyên đoán, hẳn anh cô ta là lính tráng gì đó, nên

mới giấu quanh như vậy, bèn gặng hỏi:

- Thế, anh trai cô làm nghề gì?

- Đi lính, anh ơi. - Cô gái tỏ ra dạn dĩ, như kiểu đằng nào cũng phải nói, thì nói quách cho xong chuyện.

- Sắc lính?

- Dạ, thủy quân lục chiến... - giọng cô ta không giấu nổi vẻ tự hào.

Nghe đến lính thủy quân lục chiến, Tuyên vội cầm khẩu AK, nhìn vào trong nhà. Căn biệt thự tối om om, Tuyên cảm thấy chờn chợn, nghĩ bụng, liệu có khẩu AR15 nào đang nhằm theo mình... Những cử chỉ của anh, không lọt qua mắt cô gái. Cô hiểu ý và chủ động phá tan bầu không khí căng thẳng:

- Nhưng ảnh tử trận, từ hồi tháng Ba lận, ngoài Đà Nẵng... - giọng cô bùi ngùi.

Tuyên thở phào, đặt khẩu AK xuống bên hông, tỏ ra ngượng nghịu, vì sự cảnh giác thái quá của mình.

- Mất điện à?

- Dạ không bị cúp, vẫn có mà. - Cô gái lặng lẽ bật công tắc điện. Căn biệt thự sáng choang. Chùm đèn pha lê treo dưới dạ trần, nom như một lẵng hoa lung linh sắc màu.

- Đồng chí Quang! - Tuyên đứng lên, gọi to.

- Có tôi! - Quang đứng nghiêm nhìn Tuyên, chờ lệnh.

- Đồng chí giữ nguyên vị trí. Tôi lên gác kiểm tra.

- Rõ! - Quang vẫn đứng ngay đơ, trả lời dõng dạc như trên thao trường.

- Cô, theo tôi.

Cô gái trố mắt nhìn hai gã bộ đội cách mạng hạ khẩu lệnh, như thể coi xi-nê. Mãi đến lúc Tuyên hướng về cô và nhắc, cô mới sực tỉnh và sốt sắng dẫn lên lầu. Tuyên thấy phòng nào cũng sang trọng, nghĩ bụng, rõ là tư bản phồn vinh giả tạo, hưởng bơ thừa sữa cặn của Mỹ đây mà. Nhác thấy trên tường có cái hộp kêu ro ro, nút đèn đỏ nhấp nháy, như quả mìn khổng lồ sắp phát nổ, lại có hơi lạnh phả ra, mát như mùa thu, Tuyên ngạc nhiên hỏi:

- Gì vậy?

- Chi ạ? - cô gái cũng ngạc nhiên hỏi lại.

Tuyên nép bên cánh cửa, hất hàm chỉ lên cái hộp và rê nòng súng theo. Cô gái hoảng sợ, vội trả lời:

- Cái máy lạnh thôi à. Nó điều hòa nhiệt độ không khí, mà anh.

- Xa hoa quá nhỉ! - Tuyên hạ nòng súng xuống, lẩm bẩm chữa ngượng.

Sau tấm ri-đo bằng vải hoa dày, có tiếng đàn bà vọng ra:

- Ai đó, Út Lan?

- Mấy anh cách mạng, má à.

- Vậy hả!

Cô gái có tên Út Lan này, kéo tấm ri-đô. Bà má nằm trên giường. Tuyên mau mắn:

- Má bệnh à?

- Chào ông cách mạng. - Bà má chào lấy lệ, giọng lạnh tanh.

Tuyên nghe giọng Bắc, đoán thầm, chắc là dân Phát Diệm rồi.

- Còn lầu thượng nữa, quý anh. - Út Lan nhắc, như

thể mời Tuyên ra khỏi phòng.

- Khỏi cần. - Tuyên hiểu ý Út Lan và làm ra vẻ bao dung.

Trong khi đó, Quang lục các hộc tủ, ngăn kéo bàn để thỏa sự tò mò mà thôi. Hóa xách súng đi vòng quanh biệt thự. Ngoài đường phố, xe pháo vẫn ầm ầm tiến về phía dinh Độc Lập.

2.

Nghe bọn lính thủy quân lục chiến tuyên bố tử thủ Đà Nẵng, càng kích thích sự hiếu chiến của trung đoàn Tuyên, vừa đổ từ Tây Nguyên xuống. Trên đường truy kích, Quang vớ được cái đồng hồ kỳ dị, xung quanh bọc cao su đen, chỉ hở mặt số. Mà mặt số cũng lạ, có tới mấy cái vòng tròn xếp kề bên nhau, vòng nào cũng có kim và số, như thể hàng mớ đồng hồ con, lồng trong một cái đồng hồ to. Mấy anh em loay hoay mãi mà không cậy được vỏ cao su, Hóa bảo, cho vào ca nước nóng, nó nở ra, chắc cậy được. Quang bèn lấy xăng khô, luộc đồng hồ. Cậy ra, thấy mấy cái chốt, chứ không có một cái rơ-manh-toa như đồng hồ ngoài Bắc thường dùng. Nghĩ thế nào, Quang lại lau khô và lắp vỏ cao su lại như cũ, lủng bủng:

- Kẻo khi nộp lên trên, lại bảo vi phạm kỉ luật chiến trường, về cái khâu quản lí chiến lợi phẩm.

Hóa dáo dác nhìn quanh, không thấy ai, khẽ bảo:

- Cứ giữ lấy, làm vốn cho mấy anh em mình. Kết thúc cuộc chiến, chẳng nhẽ lại về tay không?

- Tớ chỉ cần giữ được cái gáo, đếch cần gì khác, vướng bận.

Ba anh em thay nhau đeo trộm, rồi lại giấu kín,

không cho tiểu đội biết. Nói cùng ra, nếu mà thằng thủy quân lục chiến ấy không bỏ của chạy lấy người, thì đã xơi cả băng AK của Quang rồi ấy chứ, hoặc thay vì quẳng đồng hồ, nó liệng lại trái lựu đạn, thì bọn Quang hẳn đã được ghi vào sổ liệt sĩ của tay quân lực rồi.

Khi vào ngôi biệt thự xanh, Hóa lục lọi bàn thờ, thấy có cái đèn pin cũng bọc cao su đen, chỉ hở mặt kính. Thấy lạ, Hóa thủ vào túi, mang ra vườn vú sữa, cho ba anh em cùng xem.

- Có số "2.2" các ông ạ. Hình như, cái đồng hồ cũng viết số như thế vầy.

Tuyên lục ba-lô, lấy cái đồng hồ ra so sánh.

- Thế mà bao lần đeo, không để ý nhỉ? - Quang tư lự.

- Có khi, cả hai thứ này, cùng của một chủ cũng nên? - Hóa hoài nghi, ngước nhìn lên vòm lá vú sữa. Mấy con chim vô tư đang chuyền cành lích rích.

- Thôi, trả đèn pin lại chỗ cũ, rồi hỏi dò Út Lan. Mày là trí thức, dễ nói chuyện với nó, - Tuyên nói tâm tình, mà như ra lệnh. - Đừng chiềng cái đồng hồ ra nhé. Này, đến lượt thằng Quang đeo.

Cả đồng hồ và đèn pin đều bọc cao su, đều ghi cặp số kỳ lạ bằng sơn trắng. Ba người lính Bắc vẫn chú mục vào chiến lợi phẩm kỳ lạ, mặc cho cơn gió mạnh thổi thốc từ sông Sài Gòn vào, cuốn những chiếc lá khô bay loạn xạ trong vườn.

- À, tao nghĩ ra rồi. Có lẽ, thằng cha này là người nhái, chuyên lặn dưới nước, kiểu như đặc công nước của mình ấy mà, nên khí cụ mới bọc cao su chống nước chứ. - Hóa hồ hởi, công bố "phát minh", như Cô-lôm-bô tìm ra châu Mỹ.

- Cũng có lý, - Tuyên tán đồng. - Như vậy, càng phải cảnh giác. Ngộ nhỡ nó vẫn còn sống, đang ẩn nấp đâu đó thì sao.

Bất giác, cả ba cùng cầm lấy súng và lia mắt sục sạo xung quanh.

- Nhớ đừng có báo cáo lên trên, về cái đèn pin, kẻo lại lậy ông, tôi có đồng hồ đây này!

Nghe Tuyên dặn dò, cả ba cùng khoái trá cười ha hả.

Hóa lôi ra cái khăn rằn cũ, lau giày, càu nhàu:

- Cái bọn quý tộc này, kể cũng lạ, cái khăn rách cũng bọc ni-lon, rồi cất vào hộc tủ.

- Kiểu phú quí sinh lễ nghĩa ấy mà. - Quang nối lời và giật lấy, lau giày của mình; đoạn, chiềng ra cho Tuyên, - Anh lau đi, vào thành phố là cứ phải sang trọng.

Tuyên hững hờ cầm cái khăn rằn, toan lau giày, bỗng giật nảy mình, như bị điện châm. Anh từ từ mở ra và đếm bằng mắt, bảy lỗ thủng cả thảy. Chả lẽ, lại của ông Ba? Ông Ba chiêu hồi có liên quan gì đến ngôi biệt thự này? Út Lan bảo, ông ta đã di tản sang Mỹ rồi kia mà? Hay là hoảng loạn quá, nên bỏ lại kỉ vật?

Chương năm

1.

Ông Ba khỏa chân bước lên xuồng, thong thả vấn một điếu thuốc rê, lặng lẽ châm lửa. Khi cái bật lửa vừa lóe lên, thì như một hiệu lệnh, đám lính phục kích nhất loạt lao vào chiếc xuồng. Ông Ba chết đứng như Từ Hải. Cô giao liên ôm mặt khóc nức nở. Lập tức, Tuyên vùng căng chạy. Tiếng súng nổ ran, phá tan màn đêm. Đạn bay chiu chíu, nhưng không viên nào găm vào Tuyên.

Thì ra, bọn lính đã khống chế được cô giao liên và phục kích xung quanh chiếc xuồng. Khi nhìn thấy ánh lửa nháng lên, chúng ngỡ ám hiệu bị tấn công, nên mới nhao vào, nếu không, Tuyên cũng bị sập bẫy.

Tuyên bị trả về đơn vị. Chưa bao giờ Tuyên cảm thấy bị nhục nhã, ê chề như vậy.

- Sao mày không "đòm" cho chúng nó một phát, cứu ông Ba?.

- Nhưng ông Ba không cho mang theo vũ khí.

- Kỳ hồi.

- Đồng chí kể, bị bắn đuổi dữ vậy, mà tại sao không trầy vi tróc vẩy?

- Chính tôi cũng không hiểu được. Có lẽ, do may mắn.

- Hỏi thật, đồng chí bảo vệ tiếp cận ông Ba, hay đi đâu? Hoặc giả, tụi nó bắn bổng thôi..."

- Trời đất?

Cái cuộn băng trong đầu Tuyên, cứ tua đi tua lại hoài, ám ảnh đến phát điên. Chỉ ngần ấy nghi vấn, cũng đủ giết chết một con người. Tuyên bị nghi ngờ. Một khi đã bị tổ chức nghi ngờ, thì sự nghiệp chính trị đi tong rồi. Bởi vậy, dù có chiến đấu dũng cảm đến mấy, vào sinh ra tử bao lần, Tuyên cũng không được kết nạp vào Đảng Nhân dân cách mạng. Đó cũng là Đảng Lao động Việt Nam cả thôi, nhưng cùng tiêu chuẩn là lý lịch phải rõ ràng. Nhưng rõ ràng sao được, khi ông Ba bị địch bắt, còn Tuyên thì không hề hấn gì? Không được kết nạp đảng, coi như quần chúng đứng ngoài tổ chức.

Và, đến lúc này, Tuyên mới phát hiện ra mình rậm râu.

- Ủa, râu ria chi mà dữ vậy, cha nội?

Tuyên sờ tay lên cằm, đụng phải đám râu rậm rì, cứng như rễ tre, vội soi vào dòng suối và ngửa cổ, cười vang cả núi rừng. Đồng đội ngỡ Tuyên nổi cơn điên.

- Bây giờ, tao mới biết là mình rậm râu.

- Trời đất, gái thập tam, nam thập lục là mọc lông tơ cả rồi chứ. Hăm mấy cái lá vàng rơi rồi, còn gì nữa...

Ý nghĩ dằn vặt trong đầu và những sợi râu có liên quan chi đây? Khi đàn ông trăn trở suy nghĩ điều gì hệ trọng, là râu mọc ra tua tủa. Thảo nào, xem hình, thấy ông Các Mác và Ăng-ghen râu mọc rất dài. Các ông ấy nghĩ cho cả loài người tiến lên chủ nghĩa cộng sản cơ mà. Thế mà mình, chỉ mỗi việc đưa cán bộ đột nhập ấp chiến lược cũng không xong. Các ông ấy thì có thể dẫn cả sư đoàn ào ấp vẫn an toàn ấy chứ! Nói vậy, chứ thực lòng, Tuyên cũng chưa được đọc những gì các ông ấy viết ra, nghe nói, sách to như cái gối đầu, nặng như cục gạch. Tuyên nhớ, lần được giao nhiệm vụ bảo vệ hội trường đại hội đảng bộ, thấy hình hai ông treo trên phông vải đỏ, vị trí trang trọng nhất, như thể bàn thờ tổ. Ông nào cũng tóc rậm, râu dài. Thế mà cán bộ, chiến sĩ mình, ai cũng cắt tóc ba phân, dài cợp tai là bị phê bình ngay. Nghĩ vậy mà không dám nói ra, sợ bị đánh giá về tư tưởng thì chết.

Cái bàn cạo Ghi-lét mà lính Sài Gòn vứt đi rồi, mình nhặt hôm đột nhập ấp chiến lược, dùng vẫn ngon lành. Tuyên xoa xà phòng tắm lên râu, để một lúc cho ngấm mềm, rồi thong thả cạo, y như thể ông già nhâm nhi chén rượu ngon. Một cảm giác đê mê, sảng khoái, lần đầu tiên có được trong cuộc đời một thằng đàn ông. Lẽ đời công bằng, không có gì thua thiệt hoàn toàn, mất cái này thì được cái khác. Và, mạng sống của Tuyên được bảo toàn, một phần do tổ chức nghi ngờ, chứ nhiều anh chàng được cấp trên tin tưởng đã chết mất xác, trong những chuyến bảo vệ cán bộ vào vùng địch kiểm soát.

Bây giờ, cứ nhìn thấy hoa sen, lá sen là nhớ tiếng súng vang động đêm ấy. Thuở bé, Tuyên hay đổ nước lên lá sen, chơi trò chuột chạy. Những giọt nước tròn như hòn bi, trong suốt. Hai tay nâng lá sen, rung ra rung rinh, sao cho các giọt nước đuổi nhau như đàn chuột mà không dính nhau. Chúng ập vào với nhau là thành vũng ở chóp lá, hay đổ ào cả ra áo quần là thua cuộc. Chỉ có vậy, thế mà chơi mãi không chán. Không ai có thể ngờ, những giọt nước- con chuột trên lá sen thuở ấu thơ, lại hóa thành những viên đạn đồng, từ đầm sen nã ra, đuổi theo Tuyên sát rạt. Không, có lẽ, nó tránh Tuyên thì đúng hơn. Tên đạn tránh người, chứ người làm sao tránh nổi tên đạn. Nhưng những mũi tên ngờ vực, bắn lén sau lưng thì không thể tránh được và chúng gây nên vết thương vô hình, làm chết dần chết mòn con người.

2.

- Này! Nó bảo là tên anh trai nó. - Hóa hồ hởi khoe chiến công thám tử.

- Lạ nhỉ, tên gì mà như mật mã gián điệp? - Tuyên lẩm bẩm.

- Thì mày nói ngay xem nào, cứ dấm da dấm dớ, mệt bỏ mẹ. - Quang sốt ruột, giục.

- Thằng anh nó là cả, gọi là anh hai, đúng kiểu Nam Bộ chưa? - Hóa nhẩn nha giảng giải, - mà thằng anh nó cũng tên là Hai luôn. Nên từ nhỏ, đã được gọi là hai-Hai rồi. Khi đăng lính, thằng cha ấy mới buồn tình mà ghi thành bí số.

- Li kì quá đi mất. - Tuyên lại lủng bủng.

- Coi chừng, con nhỏ cho mày xơi "đạn bọc đường" đó! - Quang cảnh báo Hóa.

- Xì, tao còn lập trường hơn ối người, chẳng đến nỗi phải tháo chạy thoát thân. - Hóa nói tưng tửng và ngửa cổ như thể nhìn trời, nhưng trong mắt có bóng hình Tuyên.

Nghe vậy, Tuyên chết lặng.

- Hôm rồi, - Quang thì thầm, vẻ quan trọng, - tao nghe mẹ con nói rí rủm chuyện trò, tao ngỡ chuyện đàn bà, tò mò nghe thử xem sao. Con mẹ nó phàn nàn: "Không biết chú Thiệu[5] loáng quáng thế nào, mà để mất nước!"

- Quân phản động! - Tuyên lại gầm lên. - Chúng mày cẩn thận, nó vẫn âm mưu phục hồi chế độ cũ đấy. Đề phòng, kẻo không chết trên chiến trường, lại chết trên chiếu giường, - Tuyên liếc nhìn Hóa một cái, sắc lẻm như nhát dao chém ngang mặt.

(5) Nguyễn Văn Thiệu (1923- 2001) - Tổng thống Việt Nam cộng hòa, thời gian 1967- 1975.

Cặp số màu sơn trắng, ghi trên vỏ cao su bọc đồng hồ và đèn pin, lồ lộ như đôi mắt trắng dã trên khuôn mặt đen sì. Khiến cho cả ba anh lính trận, chỉ nhìn một lần đã nhớ, khắc sâu vào tâm khảm, cũng y như cái câu "chú Thiệu loáng quáng...". Thì ra, không phải dân theo cách mạng hết cả đâu, lại càng không phải mọi người dân đều mong ước cách mạng về, giải phóng họ thoát khỏi sự kìm kẹp của Mỹ- Ngụy. Người ta coi, đó là cuộc xâm lược của miền Bắc đối với miền Nam! Hai miền, theo Hiệp định Giơ-ne-vơ, năm 1954, thì thành hai quốc gia, miền Bắc là Việt Nam dân chủ cộng hòa, theo cộng sản; còn miền Nam là Việt Nam cộng hòa, theo thế giới tự do.

- Tao phải báo cáo chỉ huy, trị cho con mụ già này một trận. - Hóa sốt sắng.

- Thôi, bà ta đang ốm bệnh. - Bỗng dưng, Tuyên dàn hòa, rồi nằm vật ra bãi cỏ.

- Sao mà cải lương, thiếu lập trường đến thế nhỉ? - Hóa bực. - Nó tỏ ra nuối tiếc chế độ cũ, trắng trợn thế cơ mà. Mình đổ xương máu ra giải phóng cho nó thoát khỏi chế độ nô lệ, mà nó lại làm như mình đi cướp nước. - Hóa hấp hổm ngồi xổm, như thể sắp ỉa đùn ra cái quần màu cỏ úa, rộng đũng, tay vò nát cái mũ tai bèo và ca cẩm, - sao mà giống chuyện dân Tiệp, bảo cuộc đổ bộ của Liên Xô, năm 1968 cũng là xâm lược.

- Thôi mà, anh Tuyên đã nói thế rồi, cũng có lý. Chả lẽ, quân giải phóng đi bắt bà già ốm liệt giường? Còn dân ở đâu cũng vậy, chỉ sờ đầu gối nói chân thật, thấy xâm lược thì bảo xâm lược, thế thôi! - Quang lui cui cậy bã kẹo cao su dính đế giày, lẩm bẩm, - cái anh này, dính vào ruột thì có mà trời gỡ.

Hóa nghe vậy, cười mũi, con người mà không có trình độ nhất định, thì chẳng có lập trường tư tưởng gì sất, chỉ a dua theo đám đông mà thôi. Biết Quang là dân chân đất mắt toét, đến cấu tạo giải phẫu cái bụng của mình như thế nào cũng không biết, nên mới cho là kẹo cao su vào bụng thì gây ra dính ruột, như trẻ con, chết cười. Nhưng chính Quang lại là người được hai mẹ con Út Lan cảm thấy dễ mến hơn cả. Nhờ vậy, Quang còn nghe được nhiều điều ớn lạnh hơn nữa:

- Cắt móng tay đi. Việt cộng lấy kềm rút liền đó.

- Con hổng thấy tụi nó có kềm.

- Ôi, trời đất quỷ thần ơi, con gái lớn lấy chồng được rồi mà còn ngốc nghếch quá trời!

- Hi, hi... Con giỡn má chút thôi. Mấy đứa nhỏ bạn, chưa thấy đứa nào bị rút móng tay. Tụi nó vẫn sơn móng tối ngày, hà.

Thì ra, họ vẫn căm Việt Cộng, nhưng không dám nói ra. "Chú Thiệu" tuyên truyền cũng dữ đấy chứ. Hôm vào biệt thự, Quang cứ thấy Út Lan dòm trộm sau lưng. Ban đầu, không ai để ý, nhưng cái sự bị dòm trộm làm người ta khó chịu. Cuối cùng, Quang liều hỏi thẳng. Út Lan vô tư trả lời: "Xem mấy anh có đuôi thiệt không?" Sự bất ngờ đó, khiến cả ba phá lên cười. À, thì ra cô ta tìm đuôi, vì nghe tuyên truyền: "Việt Cộng trên rừng ăn toàn lá cây, ỉa cứt xanh và mọc đuôi như khỉ". Hóa ghé tai Út Lan, bỗ bã: "Bọn anh cũng có đuôi cả đó, nhưng mọc đằng trước". Út Lan nghe vậy, mặt đỏ rân, chạy biến vào phòng.

*

Việt Cộng tràn vào thành phố.

Bà Phát nằm bất động trên giường, ngẫm ngợi.

Trời ơi, mình đi đâu, nó theo đó là sao? Mấy chục năm trước, người Pháp thất thủ Điện Biên, Việt Minh ào ạt đổ về Hà Nội. Dân Công giáo hớt hơ hớt hải chạy theo Chúa vào Nam. Cả nhà mình gồng gánh xuống Hải Phòng, lên tàu há mồm, vào Hố Nai. Bấy năm trường, ngỡ an cư lạc nghiệp, thế mà rồi lại tan nát. Liệu cha con ông ấy, có chạy thoát sang Hoa Kỳ không?

Một nhà, hai người đàn ông trụ cột, đành phải dứt áo ra đi, để lại hai mẹ con đàn bà đàn bụi. Ông ấy cứ nhất quyết, cả nhà phải đi, sống chết có nhau. Thằng Hai còn cõng mình xuống sân. Mình phải cắn vào vai nó, ứa máu, mới được buông xuống. Thế rồi, Út Lan cũng không bỏ má mà đi cho đành.

Đàn ông, lại làm việc cho Mỹ, cha trong phủ đặc ủy, con mang sắc lính sát cộng, thì cầm chắc đi tù, mà Bắc kỳ gọi là cải tạo. Hừ, cải tạo?

Bà Phát vẫn nằm liệt giường, ngẫm ngợi mông lung, tưởng như vị mặn mòi từ vai thằng Hai còn ngấm vào kẽ chân răng. Mình lại ăn máu mình chứ đâu! Nước mắt bà ứa ra.

Ánh đèn nê-ông màu xanh nhạt, nom như thể con rắn bọ nẹt nằm vắt qua trần nhà. Bà Phát trân trân nhìn lại, như thôi miên *con- rắn- nê-ông* đó. Và nghĩ, mình cũng như con rắn kia, nếu rời ông Ba và các con, khác nào bị cúp nguồn điện, lặng chết khô bên đời.

- Má, thằng kêu tên Hóa, vừa lấy cái đèn pin trên bàn thờ anh Hai rồi. - Út Lan thì thào thông báo với bà Phát.

- Thế mà tụi nó tuyên truyền, không đụng tới cái kim sợi chỉ của dân. Chớ có tin tụi nó nha. Chú Thiệu biểu, đừng nghe cộng sản nói, hãy nhìn cộng sản làm. - bà Phát khẽ khàng dạy con. - Chán cho cái chú Thiệu, không biết uýnh cho nó chạy thấy mồ, như hồi Mậu Thân...

Út Lan cầm bô đi đổ. Một lúc, chạy vào, lại thì thào, đầy vẻ bí mật:

- Nó trả lại cây đèn vô chỗ cũ rồi, má!

- Kì hồi? - Bà Phát nhíu mày. - Tụi nó định sử dụng mưu kế chi đó? Con nói với tụi nó là anh Hai tử trận Đà Nẵng rồi chớ?

- Dạ, rồi! Con thấy ba thằng thay nhau đeo cái đồng hồ thủy quân lục chiến của anh Hai.

- Đồng hồ nào?

- Cái đồng hồ cũng bọc cao su đen, ghi cặp số "2.2", mà anh Hai biểu, vứt lại thế mạng ở ngoải, má à.

- Chính cái đồng hồ đó à? Kì khôi thiệt!

- Đúng mà, cái đèn pin, anh Hai cũng ghi cặp số đó.

- Chết rồi, tụi nó đối chiếu, rồi trả lại chỗ cũ đó. Hẳn là có mưu kế chi đó? - Đoạn, bà Phát cầm tay con gái, khẽ nói, - bảo trọng, nghe cưng!

- Dạ! - Giọng Út Lan bồi hồi, pha chút sợ hãi. - Má nè, thằng Quang mập, nhìn bàn thờ Chúa, lén làm dấu thánh.

- Ủa? - bà Phát tròn mắt ngạc nhiên. - Sao nó biểu là dân Phát Diệm, nhưng mà đi lương?

Chương sáu

1.

Đơn vị rút ra ngoại thành, lính tráng thỏa sức kể cho nhau nghe, về những chuyện ngây ngô khi từ trên rừng đổ bộ vào thành phố.

- Ông Tuyên được nằm giường lò xo nhưng không chịu được, lại phải mắc võng ra ngoài vườn ngủ; còn lo xa, khi lấy vợ phải chọn cô nào biết nằm võng, chả cần giường cưới làm gì cho tốn kém, - Quang trêu chọc.

- Thằng Quang thì múc ngay nước trong bồn cầu để đánh răng, lại còn phàn nàn rằng, bọn tư bản kiệt sỉ, mỗi lần xả chỉ được nửa ca nước, còn thải đi đâu mất tiêu. Đến lúc thằng Hóa vội kéo giật ra, nói cho mới biết. Thế mà ọe chẳng ra cho, - Tuyên trả đũa.

- Tao đã nhờ Út Lan mua cho một cái khung xe đạp rồi. Khi được ra Bắc là tao đến rinh liền à. - Quang khoe.

- Thế là mày biết nói kiểu Nam Bộ rồi đấy. Miền Bắc là phải nói là "lấy ngay", chứ không nói "rinh liền". - Hóa bắt bẻ.

- Thì cũng thấy dễ thương. Con gái trong này, dịu dàng hơn ngoài mình, mà lại biết chiều chồng, - Quang nắc nỏm khen.

- Khéo mà ăn phải bả của bọn "Thiên nga", - Tuyên cảnh báo.

- Thấy phồn vinh giả tạo, lại cứ lóa mắt lên. - Hóa hùa theo Tuyên.

- Tao mong miền Bắc cũng được "phồn vinh giả tạo" như trong này, - Quang cãi cùn. - Có mà đến mồng thất. Đấy, dân chúng chế giễu công khai: "Miền Bắc tìm hàng, miền Nam tìm họ".

Tuyên lặng lẽ rút ra khỏi cuộc cãi vã. Nghe hai đồng đội vặc nhau, Tuyên thở dài đánh sượt. Cái thằng Quang tẩm ngẩm tầm ngầm mà đấm chết voi. Nó khoe thầm: "Anh không được hé răng cho thằng Hóa biết nhá, Út Lan cho em một cái xe đạp khung nữ, boóc-ba-ga đệm mút hẳn hoi". "Nhà nó giàu nhỉ? Ô-tô phủ bụi, Hon-đa mấy cái, còn xe đạp thì coi như không tính. Đúng là công chức tư bản có khác. Cán bộ nhà mình mà được cái xe đạp Thống Nhất phân phối thì coi như cả một khối tài sản". "Trong này không thấy đăng ký xe đạp, chả thấy có biển đăng ký treo khung xe. Mất thì báo công an tìm thế nào được nhỉ?". "Buồn cười, xe khách thì gọi là xe đò, to như cái tàu thủy. Chẳng cần xếp hàng mua vé, nhà xe còn mời tận nơi, cho kẹo ăn nữa chứ. Khoản này, hơn ngoài mình". "Khi mình lên chủ nghĩa cộng sản cũng như thế". "Vậy thì lên quách cái kiểu miền Nam thế này, lại hóa hay". "Đừng có mà ăn nói phản động, giải phóng miền Nam là để cả nước cùng tiến lên chủ nghĩa xã hội. Phàm cái gì của tư bản là phải triệt phá hết". "Phá đi, rồi xây lại, liệu có được bằng thế không, lại tốn sức người, sức của?". "Thì cứ phá cái đã, tính sau...".

*

Nghe tiếng cười, nói rổn rảng của Út Lan, từ dưới sân, vọng lên lầu, bà Phát tò mò đẩy xe lăn ra ban-công. Đột nhiên, bà cũng bật cười, ngó thấy Út Lan đang chổng mông lên, vừa chạy theo, vừa gắng sức giữ boóc-ba-ga cho Quang tập xe. Trời đất, ngần ấy tuổi mới tập xe đạp. Vóc người Quang vốn thấp và béo mập, đạp cà chật cà vuột, nom như chú gấu biểu diễn tiết mục đi xe đạp trong rạp xiếc. Chốc một, Quang lại loạng quạng, ngã quay lơ, rồi vội lồm cồm bò dậy, nhìn Út Lan vẻ hối lỗi, nom rất tội nghiệp.

- Mệt thấy mồ! - Cười ngặt nghẽo, Út Lan quén lại mớ tóc, bầu ngực chổng lên như lêu lêu trước mặt Quang.

- Con gái đâu mà vô ý! - Bà Phát nhíu mày, lầu bầu trong miệng, toan dặng hắng nhắc nhở, nghĩ thế nào, lại thôi.

Quang nhìn hút vào bộ ngực ấy trong giây lát, rồi ngắm nghiền mắt lại và loay hoay dựng xe. Bà Phát cười ruồi, lặng lẽ đẩy xe lăn vào phòng.

Những lúc rảnh rỗi, bà Phát thường đứng trong ban-công, nhìn vườn cây trái, lắng nghe tiếng chim lích rích trong vòm lá, ngắm mây bay qua sông Sài Gòn. Cái hôm máy bay phản chiến ném bom dinh Độc Lập, bà ngã bật ngửa, rơi xuống, may mà đụng nóc xe Xi-tơ-rô-en (Ctroen) đang đỗ dưới sân, nên bị chùn xương sống. Nếu không có chiến sự, hẳn bà đã sang Nhật Bản chữa bệnh rồi. Em gái bà hay tin, luýnh quýnh gọi điện về hoài.

Sau trận bom, bà đau một, nhưng lo cho ông Ba mười. Không biết, ổng có kịp chui xuống đường hầm, chạy ra sông Sài Gòn không? Phúc đức, ông không hề hấn gì. Thằng Hai cũng từ Đà Nẵng chạy tháo luôn về, chả tử thủ thì thôi, mặc kệ chú Thiệu, bảo toàn mạng sống là hơn cả. Nghe hai bố con nói về tình hình chiến sự, bà rất lo. Lại nghe đồn, ngoài quê chú Thiệu, có đàn đàn lũ lũ những kiến là kiến, bò như chạy loạn, nên bà nhấp nhổm như ngồi trên đống lửa. Bà hối thúc ba bố con mau mau di tản, kẻo Việt Cộng chiếm thành, thì vô ngục là cái chắc. Ông lại lý sự về chính sách hòa hợp dân tộc của Mặt trận dân tộc giải phóng miền Nam và khả năng lập chính phủ ba thành phần. Trời đất quỷ thần ơi, ông từng ở trong hàng ngũ Việt Cộng mà chưa sáng mắt ra sao, trong chăn mà chẳng biết chăn có rận ư? Bà hối Út Lan gom vàng, đô-la, hạt xoàn cho vào ba cái túi vải, giắt lưng từng người. "Vật bất li thân đó. Lẹ đi!". Thằng Hai rốt ráo cõng bà lên lưng, cùng chạy. Bất đắc dĩ, bà phải cắn một phát thật mạnh vào vai nó, mới tụt xuống được. Thế là Út Lan dở chứng, đòi ở lại cùng bà: "Ba với anh Hai mới cần di tản. Con có dính líu chi đến chế độ ông Thiệu đâu. Con ở lại chăm má, nghe". Dùng dằng mãi, ông Ba với thằng Hai mới chịu phóng xe jép chạy vào sứ quán Mỹ.

Bà Phát hối thúc Út Lan bày bàn thờ cho thằng Hai, có cả di ảnh và di vật là cái đèn pin bọc cao su, có ghi cặp số "2.2" bằng sơn trắng. Rồi bà còn bày cho Út Lan cách cư xử, đối phó với Việt Cộng, khi thành phố bị chiếm đóng.

Trong tổ ba người lính cách mạng đột nhập biệt thự xanh, trưa ngày Ba mươi tháng Tư, có Quang là dân gốc Phát Diệm- Ninh Bình, nhưng nói không theo đạo, thế cũng là quý hóa, đồng hương mà. Bà đã nói chuyện với Quang và hứa, sẽ tặng cho cái xe đạp mi-ni, có boóc-ba-ga đệm mút, mà Út Lan đã từng giữ cho Quang tập. Bà có ý, khi Quang về Bắc, sẽ gửi thư và quà cho bà con Phát Diệm. Bà muốn tìm về quê hương bản quán, dối già một chuyến, nhưng kẹt quá. Quang được hai mẹ con bà đều mến. Anh ta có cái gì quê mùa, mộc mạc, dễ tin. Tuyên thì già dặn, chín chắn quá, khiến hai má con bà ngài ngại. Còn Hóa thì lại dạn dĩ, tinh ranh quá. Nghe lơ quơ láo kháo, anh ta đã du học Âu châu, rồi trở về đăng lính, nhưng cung cách làm cho hai má con bà kiêng dè. Không ngờ, Quang còn chưa biết đi xe đạp, nói chi xe máy, ô-tô. Điều đó, khiến hai má con bà cảm thấy thương thương, tồi tội thế nào. Nhưng bà cũng răn Út Lan chớ có quá mù ra mưa, lửa gần rơm dễ bén. Bà cũng chẳng muốn lợi dụng gì quá đáng, chỉ nhờ mang thư gửi người thân và trả công bằng cái xe đạp rồi còn gì. Bà thừa hiểu, cái xe đạp, đối với dân Sài Gòn chỉ là phương tiện đi lại thông dụng, nhưng với dân Bắc là cả một tài sản.

2.

Ba anh lính quân giải phóng đi dạo trên hè phố Sài Gòn, tò mò ngắm nhìn xe cộ chạy đi chạy lại, thật là náo nhiệt. Cấp trên phổ biến quả không sai, một thành phố ăn chơi, lại còn được mệnh danh Hòn ngọc Viễn Đông, thật là xa hoa. Xe tắc-xi nối đuôi nhau như mắc cửi, xe Lam brét-ta nổ máy ầm ĩ, phun khói phì phì chở khách và gồng gánh đi chợ, rồi xe thổ mộ chính là xe ngựa kéo, từ Bình Dương chạy xuống, chở đầy ắp hoa trái Lái Thiêu. Rất nhiều xe máy, thưa thớt xe đạp. Tiếng động cơ, tiếng còi xe đinh tai nhức óc. Âm thanh phố phường là âm thanh động cơ xe cộ.

- Bên Tiệp có nhiều xe vầy không? - Quang tò mò hỏi Hóa.

Hóa chỉ cười cười, không nói.

- Pra-ha là thành phố xã hội chủ nghĩa, thì phải tập trung sản xuất, chứ đâu ăn chơi kiểu tư bản thế này, nhề! Bọn này không chịu lam làm thì lấy gì mà ăn, đang vào mùa gặt mà trai gái sức dài vai rộng, cứ nhởn nhơ như đi hội xuân? - Quang lại tự biện mình.

Nghe vậy, Hóa cười to, chảy cả nước mắt. Tuyên nheo mắt, nhìn hai đồng đội, nghĩ bụng, rõ là bọn rỗi hơi. Chợt Tuyên bảo:

- Này, cái đồng hồ ấy mà...

- Sao? - Hóa kéo Quang dừng lại.

- Thằng Quang nhặt được, nhưng kỳ thực, có công cả thằng Hóa yểm trợ, thì nó mới cùng đường, quăng lại, kiểu bỏ của chạy lấy người.

- Anh cũng đuổi sát sạt nữa chứ. - Quang phân bua.

- Thế là công cả ba. Thế mới gọi là chiến lợi phẩm, thành của chung. Bây giờ chia tay, mỗi người mỗi ngả, thiên hạ chia ba... - Hóa tếu táo, nhưng không giấu nổi sự ngậm ngùi.

- Thế này, thằng Hóa ở lại Sài Gòn, được cấp trên phân về Trung tâm kỹ thuật Điện toán. Dân kỹ thuật cần giờ giấc chính xác. Vậy, phần mày. - Tuyên dúi cái đồng hồ vào túi quần Hóa. - Đoạn quay sang nói nhỏ, - Quang nhỉ?

- Phải! - Quang hào hứng đáp.

- Ấy chết, - Hóa giẫy nảy. - Coi anh như Lưu Bị, anh cả. Bọn tôi đâu dám. Vả lại, anh vẫn quản lý mà, - Hóa vội rút đồng hồ, nhét vào túi áo ngực của Tuyên.

Út Lan chạy xe Cúp trên phố, chợt thấy dưới tấm biển quảng cáo kem đánh răng Hynos, có ba anh lính cách mạng, từng ở biệt thự nhà mình, đang chuyền tay nhau cái đồng hồ. Như có một dòng điện chạy qua thân thể, khiến cô dừng lại. Ba anh lính chợt thấy cô, giật mình buông tay. Cả bốn người sững sờ nhìn cái đồng hồ thủy quân lục chiến bọc cao su đen, rơi trên hè phố. Ba người đỏ mặt ngượng, như thể những kẻ ăn cắp bị bắt quả tang. Một người nghẹn thở khi thấy kỷ vật, tưởng như anh mình cũng đang hiện diện.

- Mấy anh cho Út Lan chuộc lại, nghe! - Đắn đo giây lát, Út Lan lên tiếng, phá tan bầu không khí đang đóng băng và mở bóp, lấy ra xấp đô-la.

- Cái này, có phải của anh Hai cô? - Quang ngọ ngằn hỏi, nhặt cái đồng hồ lên, đưa cho Út Lan, - vì cũng có cặp số "2.2" sơn trắng.

- Dạ! - Út Lan nhẹ nhàng nhưng kiên quyết nhận lại cái đồng hồ và trả tiền.

- Không, ai lại thế... - Quang đẩy lại món tiền, như rụt tay ra khỏi lửa.

Nhưng ngay lúc đó, Út Lan đã vội vã phóng xe vụt đi, cái mi-nu juýp màu đỏ lao trên phố như một quả đạn lửa khổng lồ. Xấp tiền có in hình tổng thống Mỹ, rơi tung tóe trên phố. Đám đông dừng lại ngó xem, ngỡ như có vụ trấn lột vừa xảy ra, khiến cả ba chàng lính giải phóng phải tản nhanh, để khỏi gây hiểu lầm. Những tờ đô-la ấy, bỗng nhiên thành vô chủ.

Chương bảy

1.

Chuyến tàu điện lừ lừ vào ga Bờ Hồ.

Quang khoác ba-lô, dừng lại giây lát bên bậc cửa, ngắm nhìn bao quát hồ Hoàn Kiếm, lập tức, đằng sau đã có người đẩy vào ba-lô và giục:

- Xuống đi, anh bộ đội ơi!

Quang xốc ba-lô theo thói quen, bước xuống vỉa hè. Vỉa hè là bờ hồ rộng rãi như mặt đê, thế mà người đi đi lại lại chật như nêm cối. Quang thong thả gỡ ba-lô, ngồi lên ghế xi-măng ven hồ, hóng mát. Chợt Quang giật nảy mình, ôi thôi, cái ba-lô đã bị rạch từ lúc nào, ba cái túi cóc xung quanh cũng rỗng không. Quang vội sờ tay vào cạp quần đùi, mỉm cười ranh mãnh. "Đúng là kẻ cắp Hà Nội", tiếng đồn quả không sai. Đứa nào nhỉ? Quang tức tối nhìn quanh, chỉ thấy những gương mặt khắc khổ giống nhau, không thể phân biệt, đâu là kẻ gian, đâu là người ngay. Quang buồn bã, thở dài đánh sượt, rồi ngả lưng vào thành ghế.

Trên mặt hồ, người ta đang kéo lưới đánh cá. Rác nổi bập bềnh ven bờ. Gió mang mùi tanh tao, gợi nhớ cảng biển Đà Nẵng. Thấm thoắt thế mà đã mấy năm, kể từ khi vớ được chiến lợi phẩm là chiếc đồng hồ thủy quân lục chiến, có ghi cặp số "2.2" bằng sơn trắng. Tự dưng, Quang quên hẳn chuyện mất cắp, cảm thấy nhớ Tuyên và Hóa cồn cào. Hình ảnh Út Lan chợt hiện. Quang tặc lưỡi tiếc rẻ, thế là tuột mất chiếc xe đạp mi-ni, có boóc-ba-ga đệm mút. Thật, chả cái dại nào giống cái dại nào. Rát mặt, từ bữa Út Lan chuộc lại cái đồng hồ chiến lợi phẩm, Quang và cả cái tổ ba người ấy, không ai dám bén mảng đến ngôi biệt thự xanh nữa. Nhưng bù lại, trước đó, Quang đã nhặt được đôi khuyên tai bằng vàng, ngay gốc cây vú sữa và cặp nhẫn rơi cạnh ga-ra ô-tô. Người ta bảo, được bạc thì sang, được vàng thì độc. Độc gì? Đều là kim loại quí cả đấy, mà vàng thì giá trị hơn bạc là cái chắc rồi. Thực ra, ta cũng tước đoạt lại của bọn tư bản, chứ có lấy của giai cấp công, nông, binh đâu mà sợ mất phẩm chất đạo đức. Đó cũng là chiến lợi phẩm. Nhặt đôi khuyên tai là chuyện đơn giản, chỉ việc úp tay lên món đồ trang sức kia, như thể nhặt hòn sỏi, ngước nhìn lên vòm lá tìm chim, ném một phát vào không khí, rồi rút khăn mui-xoa làm động tác lau tay, nhưng thật ra là gói sơ bộ, rồi đút túi quần, xong, điềm nhiên đi mà không ngoái lại. Chuyện cặp nhẫn, ngó quanh không thấy bóng người, Quang cúi xuống, vờ đổ viên sỏi vô hình từ trong giày ra, rồi nhanh tay bỏ cặp nhẫn vào. Thế!

Mấy món chiến lợi phẩm đó, Quang không để ba-lô, mà luồn vào cạp quần đùi, mỗi khi tắm táp, thay giặt, lại di chuyển sang cạp quần đùi khác. Quần đùi thì bất li thân, người văn minh không ai cởi truồng bao giờ. Nhà nó giàu, vàng rơi như vỏ hến, đô-la tung như giấy vụn. Vàng mới cần, chứ đô-la thì vứt không ai thèm nhặt. Mỹ cút, Ngụy nhào rồi, đô-la khác nào giấy lộn, ai tiêu nữa...

Thấp thoáng quanh bến tàu điện, những bóng áo lính và khung xe đạp nhấp nhô, cùng đổ về bờ hồ. Người ta dễ nhận biết những anh lính từ chiến trường ra, cùng nước da mai mái, đôi môi thâm sì, dấu tích những cơn sốt rét rừng. Tuy chẳng quen biết, nhưng gặp nhau là tay bắt mặt mừng.

- Về đâu?

- Xứ Tuyên.

- Ra bến *Lứa* chứ, sao lại ngồi đây?

- Chơi tý, chả mấy khi. Đây, trắng tay rồi. - Quang giơ cái ba-lô bị rạch te tua lên, phân trần.

- Xây dựng chủ nghĩa xã hội bao nhiêu *lăm* rồi, mà kẻ cắp như rươi, hơn cả Sài Gòn. - Tay lính bỗ bã, nói ngọng vần "l" và "n", hạ cái ba-lô có chằng khung xe đạp xuống ghế, ngồi bên Quang, vẻ thân tình.

- Tàn dư chế độ cũ ấy mà. - Quang khơi khơi nói cười như không, - trước khi ra quân, chỉ huy đã quán triệt cảnh giác, kẻo trên đường về bị móc túi. Thế mà y như rằng, các cụ "thánh" thật. Cũng chuyện vặt thôi, không đến nỗi cháy nhà chết người, nhưng khó chịu. Tụi kẻ cắp này già, chết đi là hết tội phạm, xã hội trong sạch, tươi đẹp.

- Hớ, hớ, hớ... - Tay lính cười váng cả bờ hồ, khiến khách bộ hành quay cả lại nhìn. - Thảo *lào*, ông chẳng bị rạch túi. Dân Việt mình có tính ăn cắp vặt mà *nị*.

Nghe vậy, Quang giật nảy mình, kín đáo cọ khuỷu tay vào cạp quần đùi, mặt đỏ lên, y như thể ăn cắp bị bắt quả tang.

- Thế, bây giờ, trên răng dưới cát-tút à? Tớ cho cái *lày*, về *nàm* quà. - Nói đoạn, tay lính gỡ con búp-bê buộc trên nắp ba-lô ra, - *ló* khóc, *ló* cười được nhá. Xem đây!

Tay lính lật ngửa con búp-bê lên, tiếng cười khanh khách phát ra. Khi úp xuống, con búp-bê lại khóc váng cả lên như đứa trẻ bị đòn oan. Hành khách xúm đen xúm đỏ. Cười cười, nói nói rôm rả, y như một gánh xiếc rong.

- Đây chẳng dám nhận đâu. Đấy mang về cho cháu. - Quang chối đây đẩy.

- Khách sáo bỏ mẹ. Vẽ chuyện. Cầm *nấy*!

Tay lính ấn con búp-bê vào lòng Quang, nói như ra lệnh, rồi xốc ba-lô, rảo bước về phía đền Ngọc Sơn, như không có chuyện gì xảy ra. Quang sững sờ, nhớ cảnh xấp tiền của Út Lan trên đường phố Sài Gòn. Thì ra, mình là người được của, Quang nghĩ bụng. Chợt Quang nhìn thấy mông tay lính lộ ra một mảng trắng hếu, vội bắc loa tay, kêu to:

- Này! - Quang nghiêng mình, vỗ vỗ vào mông mình, ra hiệu.

Tay lính vội rờ tay vào mông, toét miệng cười. Quang rảo bước chạy đến, lấy miếng băng dính quân y, dán tạm. Thì ra, túi quần sau của tay lính cũng bị rạch từ lúc nào mà không hay.

- Đúng *n*à kẻ cắp chợ Đồng Xuân!

2.

Tuyên khoác ba-lô lộn, thất thểu bước đi trên con phố nhỏ. Mới chập choạng tối, mà tán lá xà cừ đã đen thui. Rõ ràng, mình đã đến nhà thằng bạn ở phố này, mà sao tìm mãi không ra nhỉ? Đang phân vân, chân bước mắt ngó, chợt có kẻ giật mạnh cái ba-lô, Tuyên cầm phắt mũ cối đang đội trên đầu, xoay người nửa vòng và đập mạnh một phát. Có tiếng kêu "ối" và kẻ cướp giật bỏ lại cái ba-lô, chạy biến vào bóng đêm. Tuyên bình tĩnh nhặt cái ba-lô, khoác vào vai, cầm mũ phe phẩy, lại thả bộ ngó nghiêng.

Đường phố vẫn vắng tanh vắng ngắt. Các căn nhà kề nhau san sát như bát úp, le lói ánh điện vàng vọt. Tiếng máy cát-xét rên rỉ vì điện yếu và băng nhão, càng làm cho lời ca thêm nhão nhoẹt: "*Tuổi đời chân đơn côi, gót mòn đại lộ buồn, màn đêm bóng mờ nhạt nhòa...*"(6). Hay là nhà nó đây nhỉ? Nghĩ vậy, Tuyên liền đến bên cửa, gọi to: "Có ai trong nhà không?". Thoáng bóng người lẩn nhanh sau cửa, tiếng cát-xét cũng im bặt. Tuyên toan gọi lần nữa, nhưng như có người bóp

---

(6) Giã từ, nhạc và lời: Tô Thanh Hùng, Vân Vi

chặt quai hàm, không há được miệng nữa. Tuyên cười khẩy, quay ngoắt lại, rảo bước.

Có cái xe xích-lô rung chuông chạy qua. Tuyên toan dợm bước ra đón. Tay xích-lô hiểu ý, dừng bánh.

- Khoan hẵng... - Tuyên bối rối.

- Đi, tôi chở, - tay xích-lô từ tốn mời.

- Để nhét cái gì cho ấm bụng hẵng. Quanh đây có hàng quán gì không nhỉ? - Tuyên thành thật hỏi.

- Làm gì có hàng quán nào nữa, dẹp hết, cấm tiệt cả rồi. À, có mấy cái bánh rán đây. - Tay xích-lô xởi lởi, - vừa đi vừa chén, túc tắc.

- Tốt, buồn ngủ gặp chiếu manh. Rồi tôi sẽ tính tiền cả thể, - Tuyên vồ vập.

- Chở đâu?

- Chặc, cứ tà tà dạo mát chút cũng được.

- Tính giờ, hay quãng đường?

- Thế nào cũng được mà, thong thả, - Tuyên tỏ ra hào phóng.

Tay xích-lô chững lại, vẻ phân vân, sợ gặp phải tay chơi sinh sự, dễ bị quỵt tiền như bỡn, nhưng rồi chặc lưỡi, đạp. Trong khi đó, Tuyên nghiến ngấu mấy cái bánh rán, sao mà cảm thấy ngon lạ. Bất chợt, Tuyên nhớ những trận đói chiến trường, mẩu lương khô cuối cũng sạch sành sanh. Thì ra, mình số đói cơm. Đói cơm, rách áo hóa ra ăn mày. Chiến tranh đã đói, hòa bình rồi cũng đói, có khi, chết thành ma đói cũng nên. Nghĩ vậy, Tuyên bật cười thành tiếng. Tay xích-lô có vẻ tinh ý, trải đời, khẽ gặng hỏi:

- Chắc ông anh có tâm sự?

- Tâm sự gì đâu, từ chiến trường ra, tạt qua thăm thằng bạn, nhưng nó đóng cửa. - Tuyên bộc tuệch, và thò móng tay, khẽ cạy miếng bánh rán giắt kẽ răng.

- Đời là thế! - Tay xích-lô bồi thêm.

Ngoại ô, gió đồng mát rượi, màn đêm bệch bạc. Chợt thấy một đoàn xe trâu dừng bánh bên đường, xe nào xe nấy xếp ngất ngưởng gạch vụn, ngói vỡ, đầu đao... Cánh "tài xế vô-lăng dây" túm tụm ngồi hút thuốc lào. Tuyên vội bảo tay xích-lô dừng xe.

- Vô phép, các bác cho xin một khói.

Trong ánh đèn bão vàng ệch, cánh vô-lăng dây tò mò nhìn Tuyên. Tay xích-lô mau mắn lên tiếng:

- Bộ đội trong Nam, ra quân. Tìm bạn mà không... đậu!

Một ông trung niên ngả mũ lá ra quạt và với điếu cày, đưa cho Tuyên. Tuyên vội đón và úp mũ cối xuống ngồi. Chầm bặp nạp thuốc, châm lửa, nhăm nhắp lấy đà, rồi rít một hơi dài, tưởng tụt cả nõ vào trong điếu. Tiếng guốc kêu roanh roách như một hồi còi thắng trận, khiến cả đám cùng cười hồ hởi.

- Đời sống dân trong ấy dễ thở rồi chứ? - Ông trung niên hỏi, vẻ cảm thông, nhưng thận trọng.

- Lắm hàng, nhiều xe... - Tuyên trả lời vắn tắt, hình như vẫn bận bịu với cái điếu cày.

- Giải phóng rồi, chẳng mấy chốc mà miền Nam đuổi kịp miền Bắc, - ông ta lại gợi chuyện và đưa cho Tuyên cái bi-đông nước vối.

Tuyên vừa cười mủm, vừa tu một ngụm, suýt sặc, vội lảng chuyện:

- Các bác chở đi đâu, mà đêm hôm thế này?

- Dỡ nốt cái miếu thờ thành hoàng, kéo dân trong ấy ra thăm thị xã ven đô, lại thấy chủ nghĩa xã hội gì mà còn mê tín dị đoan...

Tuyên sững sờ, vê điếu thuốc đến chảy nhựa, mà quên không nạp vào nõ điếu.

Chương tám

1.

Thằng Quang, đúng là tẩm ngẩm tầm ngầm. Nhớ lại, buổi ngủ trưa trong doanh trại, Tuyên nhác thấy cạp quần đùi của nó cộm lên, bèn nắm thử, thì ra là đôi khuyên và cặp nhẫn. Ranh thật, Tuyên kéo áo may-ô che lại cho nó và khẽ nhổm lên, lén thò ngón tay vào hậu môn của mình, rờ xem cặp nhẫn vàng còn tại vị không. Tuyên lấy làm mãn nguyện và đưa ngón tay trỏ lên mũi ngửi. Thối, hậu môn lúc nào cũng thối. Đó là lối ra cuối cùng của phân. Bụng ai chẳng có phân. Nhưng nhẫn vàng không thể mục ải trong đó, rửa đi lại sáng choang, thơm lừng. Cũng như hoa sen, mọc trong bùn lầy nước đọng, mà thanh cao, tinh khiết đấy thôi. Thế là, mỗi thằng cũng có tý vốn trở về. Thằng Hóa chắc khá hơn, nhưng không biết nó giấu ở đâu. Nó biết mẹo làm nhật ký, thì cũng thừa mưu giấu vàng. Sao mà dân Nam Kỳ lắm vàng thế không biết, lại gọi là chỉ, là cây, chứ không theo kiểu đồng cân, đồng lạng, như kiểu ngoài Bắc.

Về tới nhà, việc đầu tiên của Tuyên là móc cặp nhẫn vàng ra, rửa sạch, rồi cho vào hòm tôn, khóa lại. Trước đây, ngày nào đi ngoài cũng phải móc ra, đi xong mới nhét trở lại, khiến cho cặp nhẫn sáng bóng cả lên, bởi được lau chùi như thế, ngót ngét cả nghìn lần rồi. Từ khi có nó, Tuyên cũng giữ mồm giữ miệng, không phô phang khoe của và hạn chế ăn uống tạp nham, sợ "Tào Tháo đuổi", không kịp móc ra thì của thiên trả địa. Nay bỏ vào hòm tôn rồi, Tuyên cảm thấy mình nhẹ bẫng, ăn uống thả cửa, mồm miệng tuôn ra hàng tràng những câu chuyện chiến trường, đầy vẻ tự tin. Thảo nào, người đời nói, tay mang túi bạc kè kè, nói khuyếch nói khoác kẻ nghe ầm ầm là cái sự vậy. Hàng vạn người lính trở về, với hàng triệu câu chuyện chiến trường tung ra. Cả nước sôi sùng sục trong những cơn bão lốc của những câu chuyện chiến tranh. Nhưng Hóa không bao giờ hé răng nói về ánh mắt của Giôn. Tuyên không bao giờ đả động tới cặp nhẫn trong hậu môn và Quang cũng không bao giờ mở miệng, về những cái nhẫn và khuyên lẩn trong cạp quần đùi.

*

Sau buổi đăng ký kết hôn ở ủy ban nhân dân xã, Tuyên lai Mai lên thị xã chơi. Năm ngoái, khi ra quân, Tuyên đã thuê xích-lô lang thang cả đêm trên đường phố nội thị, ra tới ngoại thị. Bây giờ, trở lại ban ngày ban mặt, mới thấy la liệt khắp phố cùng phường, rặt khẩu hiệu là khẩu hiệu, cái nào cái nấy nền đỏ chữ vàng: "Chủ nghĩa Mác- Lênin vô địch muôn năm", "Quét sạch văn hóa đồi trụy, phản động"... Âm thanh phố phường là tiếng nhạc vàng nỉ non, phát ra từ những cái băng cát-xét và trên cột điện, loa công cộng oang oang bài hát "Như có bác Hồ trong ngày vui đại thắng"(7). Tuyên nhớ thời Cách mạng văn hóa Trung Quốc, họa báo in ảnh phố phương bên ấy cũng vậy, đỏ rực những là cờ và khẩu hiệu. Xã hội chủ nghĩa giống nhau ở cái chuyện tuyên truyền, cứ tuyên truyền nữa và tuyên truyền mãi. Màu cờ và băng khẩu hiệu nhuộm đỏ phố xá, làng mạc.

Tuyên đưa Mai vào cửa hàng ăn uống quốc doanh, mua vé lấy hai suất cơm. Tuyên bụng cao dạ dốc, lại quen ăn như hổ càm, theo kiểu lính tráng chuẩn bị hành

(7) Nhạc và lời: Phạm Tuyên

quân, nên và ào ào. Mai thì nhỏ nhẻ gắp từng hạt, ăn theo kiểu mèo. Cô ý tứ xẻ già nửa suất cơm của mình cho chồng chưa cưới. Tuyên vẻ hài lòng, cười cười nghĩ bụng, các cụ nói quả không sai, "Nam thực như hổ, nữ thực như miêu" và cảm thấy hành diện, vì được chiều chuộng chăm sóc giữa chốn đông người, bởi cô gái đẹp nhất làng. Ăn xong, Tuyên ngồi thư thái xỉa răng, kiểu ông chủ. Mai sốt sắng bê bát đi rửa. Thấy vậy, mấy cô mậu dịch viên cười ré lên. Tuyên ngượng chín cả người, vội dẫn Mai ra phố.

Trưa nắng đổ lửa. Cơn buồn ngủ từ đâu kéo đến, đúng là căng da bụng thì nặng mi mắt. Tuyên đạp xe loạng quạng trên phố, khiến Mai sợ hãi, bám chằng lằng lấy hông.

- Sao thế anh? - Mai thỏ thẻ.

- Anh buồn ngủ quá, - Tuyên thú thật.

- Hay là, để em lai cho, - Mai rụt rè.

- Ai lại thế. Bố đánh không đau bằng ngồi sau con gái.

Mai cười rúc rích, đấm nhẹ vào tấm lưng to bè của Tuyên.

- Hay là, vào nhà trọ làm giấc.

- Em ngại...

- Sợ gì, mình có giấy đăng ký kết hôn đàng hoàng.

- Nhỡ có ai nhìn thấy, lại về kháo ầm cả làng, mẹ em mắng chết.

- Có anh đây, sợ gì, Mỹ còn thua nữa là, - Tuyên ra vẻ anh hùng hảo hán, sẵn sàng che chở cho người vợ chưa cưới.

Miệng nói chân đạp, Tuyên lai Mai ào vào nhà trọ quốc doanh, chìa giấy kết hôn ra, đăng ký phòng hạnh phúc. Giường đôi có hai cái gối trắng, thêu đôi chim ngậm băng chữ "Hạnh phúc", khiến Mai đỏ bừng cả mặt. Góc phòng có cái chậu sắt tráng men đựng đầy nước. Trên giá có cái khăn bông trắng và quặc cái ca múc nước. Mai liếc nhìn qua và ý nhị quay mặt đi.

- Em về thôi... - Mai e thẹn cầm nón, toan bước ra cửa.

- Ấy chết, bỏ lại mình anh à? - Tuyên vội nắm tay Mai, kéo lại.

Mai run cầm cập, khiến Tuyên cảm thấy tội nghiệp, vội xuống nước:

- Hay là, em chịu khó ngồi chờ. Anh chợp mắt một tẹo thôi.

Mai cúi đầu, đứng mân mê cái quai nón làm bằng mảnh vải dù màu hồng, mà Tuyên mang về từ chiến trường. Biết đã được đối phương đồng ý, Tuyên ấn vai cô ngồi xuống thành giường, còn mình thì lăn vào góc giường, giấc ngủ ập đến như thể sau trận công đồn.

Mai nghe tiếng thở đều đều, biết là Tuyên đã ngủ, cô kín đáu liếc nhìn chữ "Hạnh phúc" in bằng phẩm màu hồng, giữa mặt chiếu, mà lòng bồi hồi. Chợt ánh mắt cô đậu lại dưới khóa thắt lưng Tuyên, thấy đũng quần chổng vộc, mà tưởng nghẹt thở. Có tiếng gì ấy nhỉ? Không phải tiếng thở đều đều trong giấc ngủ sâu của Tuyên, mà là tiếng hổn hển, gấp gáp, cùng với tiếng giát giường lệch kệch từ buồng bên vọng sang, qua vách thưng bằng cót, khiến cô bủn rủn cả người.

Cô giật bắn mình, khi Tuyên đập vào vai:

- Hay là, em ngả lưng cho đỡ mệt. Anh dậy đây.

Cô khẽ "suỵt" một tiếng và cong ngón tay mổ mổ sang buồng bên cạnh. Lúc này, Tuyên mới lắng tai nghe, tiếng động càng dữ dội như thể giặt chài. Bàn tay hộ pháp của Tuyên ôm lấy bờ vai Mai từ lúc nào và cô cũng ngả người bên gối.

Tuyên loay hoay cởi được cái áo phin nõn, thì cô xấu hổ vớ cái nón úp lên ngực. Cô nhấc mông lên cho Tuyên cởi cái quần lụa đen, nhưng khép chân lại. Cuối cùng, Tuyên hấp tấp cởi bộ quân phục của mình và khẽ khàng nhấc nón ra. Mai hổn hển nghiêng đầu sang bên cạnh và bất chợt kêu rú lên. Tuyên hoảng hốt nhìn theo ngón tay cô đang chỉ, thấy đôi mắt thao láo nhìn qua lỗ gạch thủng, phía đầu hồi. Tuyên nhặt cái dép, ném mạnh về phía lỗ thủng. Khi dép rơi xuống, thì không thấy đôi mắt ấy nữa, nhưng nghe có tiếng chân chạy dạt phía ngoài chái nhà.

*

Tiếng nhạc xập xình, rạp cưới huyên náo. Liếc nhìn tấm phông cưới dán câu khẩu hiệu: "Tổ quốc hòa bình, gia đình hạnh phúc" và đôi chim bồ câu mớm nhau, khiến Mai nhớ đôi chim thêu trên gối ở nhà trọ quốc doanh. Bước chân cô như mê đi, kệ cho Tuyên lôi tha qua các dãy bàn mời thuốc lá và trầu cau. Sao mà mình lại nhớ chuyện đó vào lúc này, rõ dơ quá. Cô tự mắng mỏ mình, nhưng âm thanh của tiếng "giặt chài" cứ dội về, làm cho cô liêu xiêu, đứng không vững, phải dựa hẳn vào Tuyên, trước bao nhiêu cặp mắt xét nét của các bà, các cô. Bộ quân phục Tô Châu của Tuyên còn nguyên nếp gấp. Vải dày thế này, giặt gãy tay. Nhẫn cưới lấp lánh, làm cho cô hãnh diện với đám bạn gái. Lần đầu tiên trong đời, cô được trao nhẫn, mà lại ngay trong nhà trọ quốc doanh.

Sau khi xoay người ném dép, Tuyên cảm thấy hậu môn cồm cộm, chợt nhớ ra cái nhẫn. Chẳng là, trước lúc lên tỉnh, nghĩ thế nào, Tuyên mở hòm tôn lấy một cái nhẫn ra, mang đi đường phòng thân. Quân tử lúc nào cũng phải phòng thân. Đeo cái nhẫn vào ngón tay thấy chật, loay hoay không biết bỏ đâu cho an toàn, ngẫm nghĩ chốc lát, Tuyên lại nhét vào hậu môn. Và lúc này, nó toài ra, Tuyên quài tay móc, rồi tiện thể nhặt dép, khoắng vào chậu nước. Nhìn Tuyên tồng ngồng, Mai vội úp mặt xuống gối, cười rinh rích. Mùi mồ hôi lưu cữu chua chua, khiến cô rùng mình, hẳn đã có bao nhiêu cặp vợ chồng đã nằm trên chiếc giường này.

Tuyên lặng lẽ cầm tay Mai, lồng chiếc nhẫn vào ngón đeo nhẫn, khẽ nói: "Tặng em!". Nhìn chiếc nhẫn to, ước phải đến vài ba chỉ, cô sững sờ. Đời cô chưa bao giờ được đeo vàng, chứ nói gi đến cái nhẫn to và đẹp ngần này. "Em xin!", cô hổn hển nói trong niềm vui dâng trào tột độ. Tuyên giơ cao ngón tay đeo nhẫn của cô lên cùng nhìn, buột miệng: "Ngón tay Út Lan chắc cũng như thế này". Mai giật mình hỏi: "Lan nào?". Tuyên chống chế: "À, không... cô gái chủ tiệm bán nhẫn ấy mà". "Bộ đội cũng có tiền mua nhẫn à?". "Các má Nam Bộ mua tặng đó, biểu khi nào lấy vợ thì đeo cho cô dâu làm phước". Tuyên giả giọng ngọt ngào, khác gì mấy má đang thủ thỉ, thế là Mai tin. Như một con mèo, cô nằm gọn vào lòng. Tuyên mỉm cười ranh mãnh.

2.

Quang hạ cái xe đạp Thống Nhất, treo trên duỗn hóp xuống. Bố mẹ Quang phải mua giá tự do mấy tạ gà, rồi bán cho cửa hàng thu mua thực phẩm, với giá nhà nước, để được mua đối lưu cái xe đạp này. Đầu tiên, chỉ định mua loại hai trăm chín mươi đồng, nhưng Quang bàn với bố, dấn lên, mua quách loại ba trăm mốt, có cái bơm kèm theo. Cái bơm giắt ở tuýp dọc, khác nào cái gậy đường xa, sẵn sàng ứng phó khi thủng săm. Cứ đi đâu về, bất kỳ ai, cũng đều phải lau xe và treo lên duỗn hóp cho đỡ hại lốp. Cái anh ô-tô, lâu không đi, người ta còn kênh lên để giữ lốp nữa là...

Thấm thoắt thế mà đã hơn chục năm, Quang đi bộ đội và trở về, cái xe đạp vẫn được treo lên như thế, chỉ có khác là khung tróc sơn, lên nước nhẵn bóng. Pê-đan đã tuột từ đời nảo đời nào, trơ cái bút chì nhọn hoắt, vô phúc mà đạp tuột một cái, thì nó rạch vào bắp chân, khác gì dao mổ.

Miền Bắc không bán phụ tùng thay thế. Mấy ngày nghỉ, Quang kỳ cạch cưa cái sừng trâu thành hai khâu, dùi lỗ, lắp vào bút chì, tán tòe đầu bút chì ra. A ha, được đôi pê-đan sừng trâu, không cần ổ bi, không phải tra dầu, mỡ, thế mà vẫn quay tít thò lò. Dân phố xúm đen xúm đỏ, khen Quang khéo tay.

- Chắc là bắt chước dân Nam bộ hả? Trong ấy đời sống khó khăn, nên cái khó ló cái khôn.

- Họ có xe đạp Thống Nhất, Phượng hoàng, Pha-vô-rít... như ngoài mình không?

Nghe một thôi một hồi, Quang ngẩn ra, vì đang nghĩ tiếc rẻ cái xe đạp mi-ni có boóc-ba-ga đệm mút. Nếu không xảy ra vụ phân chia cái đồng hồ thủy quân lục chiến, thì nó đã hiện diện bên cái xe đạp Thống Nhất này rồi.

- Xe đạp, họ không tính tài sản. Nhà nào cũng có vài, ba cái cho vợ đi chợ, con đi học; còn thì toàn đi xe máy, ô-tô. Mà xe đạp không cần đăng ký như ngoài mình.

Nghe Quang nói vậy, ai cũng chưng hửng, tự an ủi:

- Chẳng qua là có Mỹ hà hơi tiếp sức thôi. Âu cũng là phồn vinh giả tạo.

- Cứ được phồn vinh giả tạo như vậy, miền Bắc còn phải chạy dài vài, ba chục năm nữa, - Quang tưng tửng nói, như trêu ngươi đám đông kiên trung, chỉ biết ta hơn địch kém.

- Cái anh này, đi đánh Mỹ mà bị nó đánh lại, luận điệu cứ như quân phản động.

- Ôi giời, mấy người đi Nam về, cũng ăn phải bả

như thế đấy, - có ai đó nói đổng một câu, như trợ chiến cho Quang.

- Không tin, hôm nào các ông, các bà vào Nam một chuyến mà xem, - Quang dở giọng cù nhầy.

- Nếu còn quân xâm lược nữa, chả phải bàn, tôi viết đơn bằng máu, tình nguyện ra chiến trường ngay tắp lự.

- Ơ hơ hớ... - Quang ngửa cổ ra cười, ngồi bệt xuống nền xi-măng, nom như đười ươi giữ ống, chợt nhớ đến Hóa và lá đơn viết bằng máu. Bọn anh hùng rơm, đời nào cũng có, Quang nghĩ bụng.

Chương chín

1.

Hồi học bên Tiệp, bọn Hóa thực hành trên máy tính Liên Xô, nom to như cái hòm gian. Người ta bảo, như thế là thu nhỏ lại rồi đấy, đằng thằng ra, nó phải to bằng tòa nhà. Nay vào tiếp quản trung tâm kỹ thuật của Mỹ, Hóa thấy lạ lẫm vô chừng. May mà có mấy tay kỹ sư tin học từ Bắc vào, nắm vững nguyên lý, nên mầy mò ít bữa là điều hành ngon lành. Chứ cứ như Hóa, học hành dở chừng, rồi bom đạn ùng oàng làm rơi rụng quá nhiều kiến thức kỹ thuật, thì bó tay luôn. Nhưng có Hóa, ông giải phóng mà cũng biết kỹ thuật điện toán, làm cho anh em chế độ cũ phục lăn. Từ Hóa, người ta nhìn lại lính Việt Cộng, không phải như bộ máy tuyên truyền Sài Gòn rêu rao: bảy thằng bám cọng đu đủ không gãy (gày ốm), và ỉa cứt xanh (ăn lá cây)... Nhưng Hóa nghĩ, mình cũng chỉ làm đồ trang sức, vậy thôi. Trong buổi đầu giải phóng, người ta còn sợ cách mạng, chứ dân kỹ thuật, thẳng ruột ngựa, mình chả giấu dốt được thì bẽ mặt.

Máy móc, tài liệu đều bằng tiếng Anh, Hóa trốn được vào tiếng Nga. Nhưng một hôm, tài liệu từ Bắc chuyển vào bằng tiếng Nga, dân kỹ thuật trông chờ vào Hóa. Hóa cũng chỉ biết lõm bõm. Cái anh tài liệu kỹ thuật, cốt ở sự chính xác, dịch không cần hoa lá như văn chương. (Nhớ lại, giống hệt bữa, bộ tư lệnh miền gọi lên dịch tài liệu vũ khí mới, của Liên Xô gửi sang). May, có anh chàng kỹ thuật học Nga về, cứu nguy một bàn thua trông thấy. Ra Bắc thôi, Hóa nghĩ bụng.

Nếu Hóa ở lại, chắc sẽ được bố trí vào ban lãnh đạo trung tâm, vì có những ba tấm bằng: kỹ sư (dở dang, nhưng ai biết), bộ đội cách mạng (vừa từ rừng xuống), đảng viên cộng sản (trải qua chiến đấu). Giám đốc, từ Bắc cử vào rồi, thì Hóa làm chân phó giám đốc. Nhưng chân phó phải thành thạo kỹ thuật, tức là phải giỏi, cáng đáng cho giám đốc phần chuyên môn kỹ thuật, chứ chẳng lẽ, lại phân Hóa phụ trách công tác chính trị, đời sống, hữu danh vô thực, ai cũng làm được, chỉ cần có mẹo là ngon. Mẹo thì Hóa có thừa, nhưng phải tung hoành chốn cơ quan về chính trị, xã hội, chứ nơi kinh tế, kỹ thuật, mà ăn theo nói leo thì người ta khinh. Ra Bắc thôi, Hóa lại nghĩ bụng.

Màu hồng vầng hào quang thắng trận, sẽ mau chóng chuyển sang màu xám phũ phàng, khi người ta không có khả năng điều khiển guồng máy xã hội. Cái thứ chủ nghĩa xã hội ở Tiệp Khắc, hay Đông Âu, có vẻ khác với miền Bắc Việt Nam. Vì bên xứ đó, người ta đã trải qua xã hội tư bản rồi, sẵn có nền nếp kỷ luật công nghiệp, thượng tôn pháp luật và ít nhiều cũng có chút tự do, dân chủ hơn Á Đông. Miền Bắc, từ xã hội phong kiến, thực dân mà ra. Vẫn lưu lại cái thủ cựu của phong kiến và sự tàn bạo của thực dân. Có được như Tiệp còn mê tơi, theo kịp miền Nam cũng khướt. Hóa thấy có sự bất cập, vênh dơ giữa lý tưởng về xã hội cộng sản, với thực tế đói cơm rách áo, may có chỗ đổ thừa là tàn dư chiến tranh. Vài chục năm nữa là biết mặt nhau ngay, lúc đó sẽ đổ tại cái gì? Hóa nghiệm ra, một đặc tính của người lãnh đạo, chỉ huy là khi thất bại thì đổ tội lỗi cho cấp dưới, hoặc kẻ thù nào đó, thậm chí là thiên tai, nhưng khi có thành tích thì thu vén cho mình, chỉ có như vậy mới trụ vững và thăng tiến. Hào quang xung quanh lãnh đạo, chỉ huy phủ một màu hồng, kẻ nào chống đối là hưởng màu bã trầu ngay. Tiếng nói của lãnh đạo, chỉ huy là tiếng kèn đồng trong dàn nhạc.

Hóa nhớ dãy bóng điện tử đỏ rực, trong hệ thống máy tính cổ, nom như những phẩm oản nóng bỏng, đặt trên mâm cúng. Thế hệ máy tính IBM 360 của Mỹ đã dùng bóng bán dẫn và máy điều hòa nhiệt độ, làm cho không khí dịu mát, dễ chịu hơn. Khí hậu ở đây cũng khác, không nắng như thiêu, hoặc rét cắt da cắt thịt như miền Bắc. Cái nóng phương Nam cũng lạ, có độ ẩm. Có lẽ, nhờ gió biển phía Đông và Tây điều hòa chăng? Chúng tạo nên những cơn mưa bất chợt, ào ạt đến, tất tưởi đi, như thể lũ trẻ nô đùa.

Ánh sáng đèn huỳnh quang và ánh sáng màn hình máy tính, tạo ra sự lợt lạt, hình người như bóng ma. Tiếng rì rầm của những cỗ máy và bóng đèn, như vọng về từ cõi phiêu linh. Một thế giới mơ hồ, ảo ảnh và tốc độ siêu phàm. Nó vượt ra ngoài thế giới. Một dấu hiệu của hành tinh khác đang hiện diện.

2.

Từ sau ngày cưới vợ, Tuyên hay xuống huyện, lên tỉnh, chả có chủ đích gì cụ thể, cuồng cẳng thì đi chơi thôi. Cuộc đời bộ đội hành quân triền miên, nên quen tính thuộc nết mất rồi. Đàn ông ở nước này, quen chiến trận, được dạy dỗ để bắn kẻ thù. Nay hòa bình nhàn rỗi, tay chân như thừa ra, động vào cán cuốc, chuôi cày là ngại, nên từ khi có vợ, công việc đổ lên đầu vợ. Trên tỉnh, lác đác xuất hiện xe Hon-da 67. Dưới huyện cũng thấy bóng nó diễu qua. Tại sao hồi "vô trỏng" mình không cưỡi một con xích thố về nhỉ? Cả làng, cứ gọi là lác mắt. Hay là, ta lại "vô trỏng"? Tiền đâu? Tiền ở mồm! Nghĩ vậy, Tuyên tức tốc đi liền, bàn bạc là bị gàn, thoái chí ngay. Tuyên lại lặng lẽ mở hòm tôn, lấy nốt cái nhẫn vàng, nhét lỗ đít, vào Nam. Dạo này, dòng người Bắc vào Nam khuân hàng cũng nhộn nhịp. Hàng hai miền đã sàn sàn. Miền Bắc đã tiến kịp miền Nam, mà chẳng cần phải sản xuất hàng hóa gì cho mệt, chủ yếu là lưu thông. Vả lại, có phải ăn cướp đâu, mua bán, đổi chác đấy chứ. Xét cho cùng ra, đó là sự phân phối, điều chuyển hàng hóa tư bản để lại mà thôi(!)

Tìm đến một tiệm sửa chữa xe máy của chàng cụt chân, Tuyên ghé vào cầu may:

- Tôi muốn xin phụ việc sửa xe, anh hai! - Tuyên năn nỉ.

- Đói thấy mồ, ăn bo bo hoài, tui đâu có mướn thợ, - gã chủ tiệm từ chối thẳng thừng.

- Tôi muốn vừa làm thợ, vừa nhặt nhạnh phụ tùng, ráp một cái Hon-da 67, phi ra Bắc, - Tuyên nói như đinh đóng cột.

- Trời đất, ông mần thợ hồi nào mà tính dữ vậy? - Gã chủ tiệm kinh ngạc, bỏ đồ nghề, chống tay đứng dậy, nhìn Tuyên lom lom.

- Tôi là bộ đội ra quân, chỉ biết tháo lắp súng bộ binh thôi.

- Tui cũng lính nè! Phế binh, nên không phải cải tạo gì nhiều. - Gã vỗ vào cái chân gỗ, lấm lem dầu mỡ, - chứ lành lặn, là sắc lính tui lãnh đủ.

- Chi vậy? - Tuyên tò mò, nhìn như chụp ảnh gã phế binh.

- Thủy quân lục chiến, tử thủ Đà Nẵng đó, - gã khoe, vẻ tự hào, chứ không giấu giếm sợ hãi nữa.

- Thế, có cùng đơn vị thằng Hai, con bà Phát không? - Tuyên hỏi thân tình, như quen biết từ lâu.

- Chỗ bà con đó. Sao biết, cha nội? - Gã cũng bỗ bã hỏi lại.

- Thì hôm Ba mươi tháng Tư, chúng tôi đóng quân ở Biệt thự Xanh.

- Trời đất! - Gã thốt lên, đầy vẻ ngạc nhiên.

- Không biết bà Phát và cô Út Lan có khỏe không? - Tuyên hỏi thăm cho có lệ, chứ không có chủ đích gì.

- Bả được bảo lãnh đi Mỹ rồi. Út Lan cũng lấy chồng, một ông cách mạng mần kỹ sư điện toán chi đó, - gã có vẻ mỏi mệt, ngáp dài.

- Thằng Hóa? - Tuyên buột mồm.

- Trúng phoóc, Hóa đó! Quen hả, sang đó rinh một cái đi, khỏi làm thuê, tội thấy mồ, - gã khuyên chân thành.

- Sao thế được, ai lại ngửa tay xin bố thí. Tôi muốn làm bằng sức mình, - Tuyên xòe đôi bàn tay hộ pháp ra.

- Hảo hớn ghê ta, cha nội!

*

Thành phố hoa lệ, sau hai lần cải tạo tư bản, tư thương trở nên kiệt quệ, như thể người cường tráng bị ma cà rồng hút máu, chỉ còn là cái xác, hình nhân. Vườn hoa, công viên cũng bị cuốc xới lên, trồng rau và khoai lang.

Tuyên nai lưng ra làm, khiến gã phế binh mủi lòng. Vả lại, có ông bộ đội cách mạng trong tiệm, chính quyền phường, khóm cũng vị nể, không gây phiền nhiễu nữa, nên mua được nhiều xe máy, phụ tùng của bọn bán trời không văn tự, với giá hời.

- Tui bị cụt giò ở Đà Nẵng đó, - gã phế binh khơi khơi.

- Thế à? - Tuyên liếc nhìn, đề phòng gã định giở trò gì.

- Thằng Hai mà không lanh trí, quăng lại cái đồng hồ thủy quân lục chiến, hẳn đã lãnh đủ băng AK rồi, - gã bô bô kể lại thời xa vắng, như với bạn cùng chiến tuyến.

- Chiến tranh thì có thể xảy ra mọi thứ tình huống, - Tuyên đỏ tai, nói dừa theo, cho qua chuyện. - Mà anh ta cũng hy sinh... à quên, tử trận rồi, - Tuyên chặc lưỡi.

- Đâu có, hai cha con nó di tản. Hổm rày, bảo lãnh cho má nó qua bển, đó, - gã tông tốc nói, vừa lấy chân gỗ kê ống bô, không để ý đến sự ngạc nhiên của Tuyên.

- Thế à? Có bàn thờ bày di ảnh, di vật kia mà, - Tuyên ngờ vực, khẳng định điều mắt thấy tai nghe.

- Trời đất! Bà Phát bày đặt, xí gạt mấy ông cách mạng đó.

Tuyên chưng hửng, đánh rơi cái cà-lê vào khay nhôm, dầu máy bắn tung tóe.

- Chiến tranh thì có thể xảy ra đủ thứ... - gã như nhại lại, giễu cợt.

Tuyên buông thõng hai tay trên đầu gối, ngó lơ ra phố, nơi những chiếc Hon-da chạy ngược xuôi, rầm rầm như đàn ngựa chiến. Té ra, cả ba thằng bộ đội cách mạng, bị con mụ già gãy lưng lừa gạt. Một sự thất bại nhục nhã. Nhưng sao con Út Lan lại lấy thằng Hóa, nạn nhân của má nó? Út Lan có tham gia phi vụ đó không? Chắc có chứ. Vậy nó chịu lấy thằng Hóa, vì lẽ gì? Mà sao nhà nó, vàng rơi khắp chốn cùng nơi, y như vỏ hến? Hay là, cũng nằm trong mưu kế gì đó của con mụ già kia? Tự dưng, Tuyên đau bụng, buồn đi ngoài.

*

Thế rồi, Tuyên cũng dựng được một cái Hon-da 67. Gã phế binh ngồi sau, dạy cho Tuyên cách điều khiển xe máy. Tuy là lần đầu tiên lái xe máy, nhưng Tuyên không sợ, lại còn cảm thấy háo hức lạ thường. Có lẽ, vì thời gian ở tiệm, Tuyên đã nhiều lần cưỡi lên xe chỉnh sửa và hiểu tận ruột gan của các loại xe, nên rất chủ động, tự tin. Đi xe Hon-da, khác nào xe đạp thả dốc.

Gã phế binh luôn miệng ra lệnh:

- Nhìn thẳng! Dzọt lẹ! Thắng gấp! Quẹo tay mặt! Nhấn ga! Còi! Trưng đèn pha xin đường! Ngon lành, cha nội, nài ngựa số dzách!

- Cám ơn nhá, - Tuyên bắt tay gã. - Tôi ra Bắc thôi!

- Ủa, không gặp vợ chồng Út Lan, cha nội? - Gã ngạc nhiên.

- Khỏi cần, - Tuyên cũng nói kiểu Nam Bộ và nhấn ga, cái xe hon-da 67 vọt đi, nom như một tay chơi thực thụ.

Hành động ra đi đột ngột của Tuyên, khiến gã nhớ lại bữa nhậu "quắc cần câu" của hai cựu binh, hai chiến tuyến.

Chương mười

1.

Bỗng nhiên, cơn đau bụng nổi lên, Tuyên chạy vội ra hố xí. Hố xí, trong này gọi là nhà cầu. Nhà cầu của tay phế binh, bắc trên miệng giếng cũ, to như cái chuôm, xung quanh che tạm bằng mấy tấm bìa các-tông, gỡ từ thùng hàng, ngồi xuống rồi mà vẫn hở cả vai. Mỗi lần đi cầu, Tuyên cảm thấy như chính bản thân mình bị đóng thùng. Lúc đầu, ngồi mà ngại ghê, nhưng ở đây, người ta coi việc đi ngoài là sinh hoạt thông thường của con người, nên có thể vừa đi cầu, vừa nói chuyện ông ổng với người trong nhà.

Vừa xổ ra, lập tức đàn cá tra lao tới, tranh nhau ăn như thể vật đẻ, khiến Tuyên giật nảy mình, chỉ sợ nó lao lên, đớp nhầm thì toi đời. Chúng không phải là cá, mà gọi là chó nước mới đúng. Từ đó, mỗi khi ăn món cá tra là Tuyên lại rùng mình.

*

Từ khi Tuyên ra Bắc, không còn người chống lưng, tay phế binh cũng hạn chế mua những món đồ không chính chủ, nên thu nhập giảm hẳn. Hắn phải vét cá tra, bán cho tiệm cơm, lấy tiền xài.

Buổi trưa, vừa nốc xong xị rượu, đang thiu thiu ngủ, thì lão chủ tiệm cơm cụt tay, trờ xe tới.

- Nầy, cha nội, trả đó, - lão phế binh chủ tiệm cơm vừa nói, vừa ném cái nhẫn vàng lên vầng ngực đầy lông lá của gã phế binh chủ tiệm sửa xe.

- Trời đất! - Cầm cái nhẫn vàng trên tay, gã tỉnh ngủ hẳn, nhảy dựng lên, lò cò nhảy bổ ra cửa, hổn hển hỏi, - chi dzậy?

- Tụi nó, mổ con cá tra to tổ chảng của nhà mi đó, thấy cái nhẫn nầy, biểu qua trả lại, chớ bộ.

- Trời đất! - Gã mân mê cái nhẫn, - ủa, sao lại có cặp số "2.2" trong lòng, nè! - Gã chiềng ra cho lão phế binh chủ tiệm cơm coi.

- Ờ héng, - lão lom lom nhìn. - Mà sao, cha nội?

- Cặp số nầy là đồ của thằng Hai, cùng đại đội đó.

Nghe vậy, lão phế binh chủ tiệm cơm chỉ còn biết há hốc mồm ra mà nhìn. Đột nhiên, lão hỏi:

- Thế, trước bữa di tản, nó có đến ngồi nhà cầu mi không?

- Mắc cười quá! Nhà nó, bồn cầu Xtăng-đa của Mỹ xịn đó, cha nội.

- Út Lan có đến giải quyết nỗi buồn? Há, há, há...

- Há, há, há... - Gã phế binh chủ tiệm sửa xe cũng ngửa cổ cười theo và leo lên xe máy, giục, - đi, đến nhà Út Lan, mau!

Hai gã phế binh, một cụt giò, một cụt tay tông thẳng xe máy qua cánh cổng biệt thự xanh, y chang cảnh xe tăng quân cách mạng phóng vào dinh Độc Lập. Út Lan đang ngồi trên ghế, ngoài vườn, chợt nghe tiếng cánh cổng sắt bật mở đánh "rầm" một tiếng, bật vọt dậy, hoảng hốt nhìn ra, thấy cái xe máy chồm tới và thắng khựng lại, ngay trước mặt.

- Trời đất quỷ thần ơi!- Út Lan chặn tay lên ngực, mặt tái mét không còn hột máu.

- Nè, kỳ cục... - Gã phế binh sửa xe, không để Út Lan hoàn hồn, đã chiềng cái nhẫn vàng ra trước mặt.

- Ủa, chi dzậy? - Út Lan tròn mắt hỏi.

- Tau bán con cá tra tổ chảng cho cha nầy. Lính nó mổ bao tử ra, thấy cái nhẫn nầy. - Gã hất hàm chỉ lão phế binh chủ tiệm cơm, - lão mang đến trả tau. Thấy cặp số "2.2" biết là đồ của thằng Hai, tụi tao mang trả mi đó.

- Kỳ hồi... - Út Lan như lạc vào cõi mê.

- Mà nầy, có thằng cha Bắc Kỳ làm công cho tau. Nó biểu, Ba mươi tháng Tư hồi nẳm, đã đóng quân ở đây đó. Nó biết thằng Hóa mà.

- Trời đất quỷ thần ơi! - Mỗi khi xúc động, Út Lan lại kêu lên, như thể bà Phát lây truyền sang vậy, - mập hay ốm?

- Ốm nhóc, nhưng mà bự cây.

- Thằng Tuyên hả? Sao không biểu qua đây chơi?

- Dzọt ra Bắc rồi. Nó biểu, không thèm đến nhà giàu.

- Trời đất quỷ thần ơi! Má ơi! Đúng là tụi nó rồi...

- Má Phát hả? Thế thì hẳn má dụng kế chi đó?

- Thôi, mấy anh xài đỡ cho vui, - Út Lan đưa lại cái nhẫn cho gã cụt giò.

- Hổng dám đâu! - Một tay bám xe giữ thăng bằng, một tay gãi gãi cái giò cụt và lúc lắc cái đầu, nói đổng một câu, - cái này nhằm nhò gì, ông Thiệu chơi ngon, rinh mười sáu tấn vàng lận...

- Không có đâu. - Út Lan kêu lên, - má em biểu, cách mạng chở máy bay ra Bắc chớ bộ. Hơn ngàn thỏi đó!

- Ủa! - cả hai gã phế binh cùng ngạc nhiên, kêu lên.

2.

Thực ra, Quang biết đi xe đạp từ thuở học trò trường thị. Nhưng khi đến Biệt thự Xanh, anh chàng giả vờ ngô nghê, định thôn tính cái xe đạp mi-ni có boóc-ba-ga đệm mút. Hơn nữa, chàng còn dụng mưu, nếu cô con gái rượu của bà Phát rủ lòng thương là rinh luôn cùng xe đạp. Trai vừa kịp lớn thì đã nhập ngũ. Cả đời quân ngũ, chưa biết mùi con gái Nam Bộ là gì. Nay, mỡ kề miệng mèo, không xơi cũng thiệt, mà người ta còn cho là ngu. Ngờ đâu, xôi hỏng bỏng không, mất cả xe lẫn người. Có lẽ, hồn thiêng thằng "2.2" chơi trò kỳ đà cản mũi cũng nên. Chàng vốn không tin ma quỉ, nhưng không biết đổ thừa thất bại vào đâu, nên nghĩ tới cõi âm, coi như sự an ủi vậy. Lỡ mà mình cũng đã hóa ra ma, thì gia đình không có ảnh thờ, có lẽ, chỉ thờ cái khung rỗng mà thôi. Hôm vào Thảo cầm viên chơi, mấy tay đang vẽ hình người thành bóng đen, nom ngồ ngộ, chàng cũng làm một cái, mang về khoe với Hóa và Tuyên, khiến chúng cười ngặt nghẽo, vì trên đầu chàng có thêm cái mũ phớt. Chàng chống chế, thế cho sang. Tuyên bảo, chụp ảnh chẳng chụp, lại đi vẽ hình ma. Hóa bảo, thế nào cũng gặp xúi quẩy. Thế mà xúi quẩy thật. Có lẽ tại mồm thằng Hóa. Thằng này, chắc còn báo hại mình nhiều. Chàng nghĩ, nếu mình có trình độ văn hóa cao như Hóa, thế nào cũng vật đổ Út Lan, lấy luôn cả cái Biệt thự xanh này. Khốn nỗi chàng chưa học hết cấp ba phổ thông, nhưng xung phong đi bộ đội, nên được cấp bằng tốt nghiệp đặc cách. Người chàng lại thấp lùn. Tuyên bảo, tạng mày đi pháo binh mới hợp. Chiến tranh thì súng pháo chọn người, thế mà cũng đòi nói. Nghĩ bụng vậy, nhưng chàng lại bảo, em thì khoác cả ba cái ba-lô, khác gì Sa Tăng quẩy đồ cho ba thầy trò Đường Tam Tạng, trên đường lấy kinh.

Rồi chiến tranh đi qua, chàng trở về phố thị mà chẳng có công ăn việc làm, lại ca bài giắt dao quắm vào boóc-ba-ga, ngược quốc lộ Hai, đi chặt nứa, đốn củi về bán chợ Tam Cờ. Một hôm, ngồi nghỉ dưới vòm Cổng Lấp, Thạch Sanh hiện về, cạy mồm cho chàng nghêu ngao hát:

Đàn kêu tích tịch tình tang
Ai mang củi đuốc Nà Hang vào thành
Đàn kêu người đẹp trong tranh
Có mua củi đuốc ra nhanh cổng thành...

Thực ra, Quang không phải vượt hàng trăm cây số lên Nà Hang lấy củi, mà chỉ đặt câu cho có vần mà thôi. Người Việt, ai mà chẳng biết làm vài ba câu lục bát này nọ. Bất chợt, có tiếng con gái cất lên:

- Chàng Thạch Sanh ơi, bán củi, em mua nào...

Chàng ngẩn người ra nhìn, người đâu mà đằm thắm làm vậy, nom quen quen hình như đã gặp ở đâu đó rồi thì phải?

- Em Làn đây mà. Anh quên rồi sao?

- A, Làn con bác Múi, - chàng mừng rỡ reo lên. - Nhà vẫn làm phở chứ?

- Vâng. Thế nên mẹ em mới bảo đi đón củi, - biết là đang bị ngắm nhìn, Làn lỏn lẻn nghiêng nón che ngực,

Thế là chàng dắt xe củi theo Làn về hàng phở, chỗ ngã ba bờ sông Lô.

- Thấy bảo, anh đi bộ đội vào tận trong Sài Gòn cơ mà?

- Ừ, ra quân rồi, hết giặc, toàn dân thu quân kéo về, - chàng tán tếu.

- Anh coi chuyện đánh giặc, cứ như trò chơi ô ăn quan ấy, - Làn tinh nghịch trêu lại.

Từ đấy, chàng trở thành nhân viên cung cấp chất đốt cho hàng phở bà Múi. Hàng phở này có tiếng ở thị xã, nên chàng cũng thơm lây. Và thế rồi lửa hàng phở gần củi đuốc lâu ngày cũng bén, chàng phải lòng Làn lúc nào không hay. Chàng nghiệm ra, con gái xứ này, dân Kinh lai Hoa thường đẹp. Nhưng dân Chợ Lớn thì lại khác. Có khi, do nước sông Lô, hay do Thành Tuyên linh thiêng phù hộ nữa. Làn giống tên Lan và dáng cũng giống Út Lan. À hà, ngón tay đeo nhẫn vừa din. Bỏ mẹ, lòng nhẫn có cặp số "2.2" mà sao bây giờ mới phát hiện ra nhỉ? Cả đôi khuyên tai cũng đánh số như vậy. Là đồ của thằng cha thủy quân lục chiến đây. Cái gì nó cũng đánh số vào, không biết cái b. của nó có xăm số không? Chàng bực, chửi thầm. Nó chết mất xác từ hồi giải phóng rồi, thế mà vẫn còn ám ảnh. Chàng đành lấy thanh sắt tròn, luồn vào mà dập mờ cặp số, phi tang. Nhưng gắng sức đến mấy, vẫn không xóa hết được dấu vết đã thành sẹo của chủ nhân nó. Bà Múi nhìn săm soi, hỏi độp một câu, làm chàng lạnh sống lưng: "Chiến lợi phẩm à?".

Cái nhẫn ấy, Làn chỉ đeo hôm cưới, rồi cất vào hộp nữ trang. Hình như, vết sẹo nhẫn làm cô không vui, nhưng chỉ để trong lòng, không nói huỵch toẹt ra như mẹ. Hẳn cô nghĩ, cái nhẫn lấy từ bàn tay một cô gái nào đó và ngón tay cô ta cũng bằng ngón tay mình. Nghe nói, lính tráng hay chặt tay, cắt tai đàn bà, con gái để cướp nhẫn và khuyên... Cô rùng mình sợ hãi.

*

Cậy chỗ quen biết, bà Múi xin cho Quang vào đội chiếu bóng lưu động. Quang nhớ lại, Tuyên bảo tạng mình vào chân pháo binh mới hợp. Bây giờ, khiêng vác máy móc đi khắp xóm cùng bản vắng, lội suối trèo đèo, khác gì cánh pháo binh đâu.

Dòng đời cứ thế trôi đi. Dòng đời cũng như dòng sông, bình thường thì phẳng lặng, khi gặp thác ghềnh nó mới bùng lên, quật lại. Ấy là khi xảy ra sự kiện Hoa kiều. Bà Múi chạy qua Lạng Sơn, về bên Bằng Tường (Trung Quốc), bỏ lại hàng phở cho con gái. Thế là Quang lại trở về hàng phở, chăm lo chuyện củi đuốc. Hàng phở tuy có thương hiệu, nhưng nay bị dán mác người Hoa, nên khách thưa vắng hẳn, không ai dại gì mất tiền mua phở lại bị theo dõi đánh dấu quan hệ với bọn Tàu. Cuối cùng, Quang đành đi cắt bông chít về làm chổi. Hai vợ chồng độ nhật qua ngày. "Ai chờ... ổi, ổi, ổi... đây, ây, â... y...". Tiếng rao ời ợi của Quang sao mà thê lương, thể hiện nỗi lòng khắc khoải, làm cho Làn cũng phải mủi lòng, ứa nước mắt.

Làn nhớ những buổi dạo chơi quanh thành cổ, những tảng đá ong và gạch chỉ rêu phong. Tự dưng, Làn cong ngón tay, chỉ cái hoa rau muống nở tím giữa buổi hoàng hôn. Quang liền lội ào ào xuống hào, lướt thướt dâng lên. Làn thích thú, ngỡ mình trở thành công chúa, nép mình bên chàng Thạch Sanh vâm váp. Cả hai lại trèo lên núi Thổ Sơn, ngắm dòng sông Lô lấp lánh, chảy từ phía đền Thượng, xuôi đền Hạ, tạo nên khúc sông Tam Cờ. Chợ Tam Cờ lô xô mái cọ. Quang không biết hôn, chỉ thơm lên má cô, như thể người lớn thơm trẻ con vậy. Bù lại, Quang sống rất tình cảm, yêu chiều. Đối với Quang, Làn là quả trứng dễ vỡ, là bông hoa dễ héo, nên lúc nào chàng cũng nâng niu, chăm bẵm.

Tiếng rao buốt lòng của chàng bán chổi, khiến các bà, các cô rủ nhau mua, dù chổi nhà vẫn còn dùng tốt.

"Ai chờ... ổi, ổi, ổi... đây, ây, â... y...".

Chương mười một

1.

- Ông không dám ăn chó nước à? - gã phế binh cụt gò trừng mắt hỏi, như thể loạt đạn bắn thẳng vào mục tiêu là chàng cựu binh Việt Cộng.

- Ừ hừm... - Tuyên cười cười, lặng im chịu trận, không phản công anh cựu binh Việt Nam cộng hòa.

- Tui thấy mấy cha Bắc Kỳ nhậu thịt chó hoài à? Chó nước khác chi chó nhà? - Gã lại bồi thêm loạt đạn nữa.

- Thế, ông có ăn thịt chó không? - Tuyên bình tĩnh điểm xạ.

- Không, cha nội! - Gã lúng búng trả lời và giơ ly cụng nhẹ.

Cứ ly qua ly lại, ly tái ly hồi, đến độ liêng biêng, tự dưng, cả hai ngồi sán lại bên nhau từ hồi nào.

- Này, hỏi thật nhá, bị vầy. - Tuyên hất hàm chỉ cái chân cụt, hỏi như bắn trả, - ông có oán trách quân giải phóng không?

- Trách chi, cha nội? - gã bình thản như sực tỉnh rượu. - Chiến tranh mà, - gã triết lý. - Mà tui cũng bắn tụi nó chết như ngả rạ, chứ bộ, - chợt nhìn thấy mặt Tuyên tái dại, gã chột dạ, ngừng bặt.

- Thế mà, không viên nào găm vào tôi, - Tuyên cười giả lả, phá tan không khí căng thẳng vừa phủ lên mâm nhậu.

- Thì trên chiến tuyến, nào có thấy ông? Súng đạn vô tình, - gã cự nự. - Cha Minh Lớn[8] kêu hạ vũ khí, chứ tụi tui nguyện tử thủ à? - Giọng gã đanh lại, mắt vằn lên những tia hung dữ. - Mà thôi, kẻo lại tái hồi huynh đệ tương tàn, - đoạn, gã gác cái đùi cụt lên đùi Tuyên, như thể bắt đền, lại tỏ ý dàn hòa, lại giơ ly lên cụng. - Khà...

- Có lúc, tôi cũng muốn quay ra Bắc... - Tuyên thủ thỉ tâm tình.

- Sao biểu, ráp được cái Hon-da 67 mới ra chớ? - Gã ngạc nhiên hỏi lại.

- Là nói, lúc trên đường vượt Trường Sơn, - Tuyên thở dài đánh sượt.

- Bao nhiêu tháng đi bộ, bao bước chân là bấy nghĩ suy, hả? - Gã cướp lời, vẻ cảm thông.

- Mình đi giải phóng để làm cái gì nhỉ? Sau ngày thống nhất đất nước, mình mới vỡ nhẽ, là để đảng cộng sản độc quyền lãnh đạo, vậy thôi, - Tuyên nói xong câu ấy, ngồi lặng người, tưởng như đang thở hắt ra.

- Nếu trong nầy Bắc tiến, chắc tui cũng nghĩ dzậy à! - Gã chặc lưỡi.

Gã phế binh cụt giò nhái kiểu Bắc, pha Nam, rồi nhìn chòng chọc vào tận mặt Tuyên. Tuyên cũng trân trân ngó lại. Đoạn, cả hai phá lên cười, bắn cả nước bọt vào mặt nhau mà không thèm lau, lại cụng ly.

- Nhưng mà vào trận là hăng lắm. Cái tiếng đạn nổ và mùi thuốc súng như có ma lực, nó kích thích thần kinh người ta, như mảnh chai cứa vào dái chó thiến, - Tuyên như mê đi trong hồi ức chiến trận.

- Đúng đó! Đúng thế đó! Cha nội! - Gã hùa theo tán thưởng, - mùi thuốc súng, tiếng đạn nổ như ma ám, quỉ xui vậy đó. - Gã gật gù, ngỡ như cả hai cùng chiến hào,

---

(8) Dương Văn Minh (1916- 2001) - Tổng thống cuối cùng của chế độ Việt Nam cộng hòa (từ ngày 28 đến 30/4/1975)

- hai bên uýnh nhau tới số, nào là chiến sĩ trận vong, phế binh cùng mình. Huề... Mỗi khi truy điệu, nghe bản "Chiêu hồn tử sĩ", buồn thúi ruột, - cả hai lại cụng ly, rượu rớt ra ướt cả tấm chiếu ni-lông.

- Hồi vào chiến trường, tui được biệt phái đi bảo vệ ông Ba chiêu hồi đó, - rượu vào lời ra, Tuyên khoe chiến tích.

- Ừa, nghe nói rồi mà. Ông tốt lắm đó, được làm bên phủ đặc ủy kia mà, - gã tỏ vẻ khâm phục. - "*Hai mươi năm nội chiến từng ngày...* "[9], - gã lấy cái muỗng gõ ly và ngửa cổ ề à hát.

- Suy cho cùng, chỉ có dân là thua. - Tuyên cũng triết lý, chợt ngẩng lên hỏi, - Bài hát của đứa nào vậy?

- Trịnh Công Sơn đó. Nhạc sĩ nổi tiếng mà không biết sao? Văn nghệ sĩ người ta đi trước thời đại, - gã ôn tồn giảng giải, như thầy đối với trò. - Huynh đệ tương tàn thôi, cha nội. Bắc Kỳ phách lối, chớ giải phóng cái mẹ gì? - Gã chửi thề. - Bắc Kỳ vô hôi của dữ lắm, kiệt quệ rồi nha.

- Này, - Tuyên nén giận, hỏi. - Sao hồi đó, không theo quân cách mạng, mà lại vào lính..., - suýt nữa, Tuyên buột miệng nói câu "Ngụy", may mà hãm kịp.

- Trang nam nhi, phải bảo vệ tổ quốc chớ, ai lại theo xâm lược, - gã đáp tưng tửng.

- Hừ, - Tuyên cười mũi. - Chúng ta cùng tổ quốc Việt Nam mà?

- Theo Hiệp định Giơ-ne-vơ, đất nước chia hai miền. Hai miền lập hai nhà nước, đúng không? Việt Nam dân chủ cộng hòa kéo quân đội và vũ khí vô, chứ không phải Việt Nam cộng hòa kéo ra ngoải.

---

(9) Gia tài của mẹ, nhạc và lời: Trịnh Công Sơn.

- Mỹ đưa quân vào hà hơi tiếp sức cho Sài Gòn, thì bọn tôi mới đi bộ đội giải phóng miền Nam chứ, - Tuyên cự lại.

- Phải nói cho có đầu có đuôi, thế nầy, cha nội, - gã lên giọng kẻ cả. - Khi Trung Cộng và Nga Xô can thiệp hiệp định, chia cắt đất nước, thì dân Bắc mít tinh ăn mừng, còn dân Nam thì biểu tình, treo cờ rũ. Lý ra, Việt Cộng phải rút hết, nhưng lại cài người,chôn giấu võ khí ở lại miền Nam, nên ông Diệm mới ra cái luật Mười- năm chín(10). Thấy Việt cộng lén mở đường Năm năm chín(11) đưa quân và võ khí vô, như đã nói, thì Mỹ mới nhảy vô chặn cộng sản xuống vùng Đông Nam Á chứ bộ. Tới hồi bảy ba, Mỹ rút, mà Bắc Việt vẫn làm tới đó thôi.

- Ai bày đặt chuyện đó? - Tuyên nóng mắt, dằn ly rượu vỡ tan.

- Lịch sử mà cha nội, - gã vỗ vai Tuyên, cười cười, với cái ly trên kệ, rót tiếp cho cả hai. - Chớ có xuyên tạc lịch sử mà lừa bịp dân chúng. Kẻ xâm lược thì lại kêu giải phóng. Người chống xâm lược thì coi là Ngụy. Trời đất, hết biết, - gã thở dài, ngán ngẩm. - Mà thôi, cha nội.

- Hưm... - Tuyên cười mũi, nóng gáy, định trổ lại, nhưng nghĩ, có khi góc khuất lịch sử mà mình chưa biết cũng nên. Nó nói thế, cũng không phải là không có lý. Vả, mình chỉ đi tậu cái xe máy thôi mà.

---

(10) Luật 10/59, do chính quyền VNCH ban hành ngày 6/5/1959, quy định việc tổ chức các tòa án quân sự đặc biệt, nhằm xét xử các tội ác chiến tranh chống lại VNCH. (nguồn: Wikipedia tiếng Việt).

(11) Tuyến đường 559, thường gọi đường mòn Hồ Chí Minh, mạng lưới giao thông chiến lược, chạy từ lãnh thổ VNDCCH, vào tới lãnh thổ VNCH, qua miền Trung Việt Nam, Hạ Lào, Campuchia. Hệ thống này cung cấp binh lực, lương thực và vũ khí, khí tài, để viện trợ cho quân Giải phóng miền Nam Việt Nam và quân đội Nhân dân Việt Nam, trong 16 năm (1959-1975) của thời kỳ chiến tranh Việt Nam. (nguồn: Wikipedia tiếng Việt).

- Sao hồi nẳm, cha nội không rinh một cái Hon-da chơi. Liệng đầy đường à! - Gã thật thà như nói với bạn tâm giao.

- Kỷ luật chiến trường nghiêm lắm, xớ rớ là chết liền, - Tuyên tình thực, giọng có chút lai Nam Bộ.

Gã ừ ào, rồi kề ly vào miệng Tuyên. Tuyên cũng nhấc ly rượu đặt vào miệng gã. Cả hai uống đến độ đầm đìa mồ hôi. Mất điện, quạt máy tắt lúc nào chẳng biết, rồi cả hai cùng lăn ra chiếu, ngủ lăn lóc.

2.

- Em có theo ông kỹ sư điện toán ra Bắc không? - Lão phế binh chủ tiệm cơm, huơ huơ cánh tay áo lên hỏi Út Lan, y như thể chim cánh cụt đã đùa giỡn trên bãi biển

- Dạ không! Em chỉ ra chơi thôi à. Không quen xài đồ Bắc. Ngoải, không thấy nhà nào có xe máy, ô-tô, điều hòa chi mô. Cả làng chỉ có mấy cái xe đạp, nom ngộ lắm, cao và nặng thấy mồ, em không dám đi. Làng quê ảnh chỉ có đặc sản gió Lào không thôi à. - Út Lan phàn nàn, vẻ chán nản, - ảnh sống ở đây cũng quen rồi mà.

- L. đâu, thủ đô ở đó mà, - gã phế binh cụt giò chen vô.

- Trời đất quỷ thần ơi! - Út Lan đỏ mặt lên, giơ nắm đấm lên dọa.

- Cô có hay nạt ảnh không? - Gã phế binh cụt tay, vẫn thủ thỉ hỏi như bạn gái nói chuyện tâm tình.

- Đâu dám, người ta là phó giám đốc chớ bộ. - Út Lan tươi cười, vẻ hãnh diện.

- Chó chui gầm trạn, - gã phế binh cụt giò lại bồi thêm. - Bà già dùng vàng rắc thính nhử mồi là cao thủ đó, - gã ra vẻ lõi đời. - Cao thủ, thật là siêu cao thủ. Cả đàn cá đớp mồi, ngậm tăm.

- Về quê ảnh, em nói giọng Sài Gòn không hà. Thế mà mấy bà, mấy cô cứ hỏi hoài hoài về Hà Nội, với Tiệp Khắc chi đó...

- Hay là, Hóa có bồ Hà Nội và xứ Tiệp?

- Cán bộ cách mạng chứ bộ, đâu có lòng thòng như mấy cha cộng hòa . - Út Lan nói vậy, nhưng mặt tái đi, nom như nặm bằng sáp.

Số là, Hóa tính ra Bắc, nhưng trung tâm kỹ thuật giữ lại, phân làm phó giám đốc. Tới khi lấy Út Lan rồi, tổ chức phát hiện thành phần bất hảo: bố dượng chính là ông Ba chiêu hồi, anh trai là lính thủy quân lục chiến có nợ máu, má là dân Phát Diệm di cư... Trung tâm kỹ thuật quan trọng, không thể để người lãnh đạo liên quan gia đình Ngụy quân, Ngụy quyền như thế được. Do vậy, Hóa được gợi ý chuyển công tác. Chuyển đi đâu? Hóa như kẻ mất hồn. Trong thời gian chờ đợi, Hóa nằm dài ở Biệt thự Xanh. Khi lên voi, lúc xuống chó, cuộc đời không biết thế nào mà lần, tai họa cứ như từ trời giáng xuống vậy.

Út Lan cũng hẫng hụt, y như cô gái bị lột áo giữa phố. Cô ngượng với bạn bè, oán trách số phận, từ tiểu thư đài các, bỗng chốc trở thành phó giám đốc phu nhân, thế mà nay chỉ còn biết trông vào tiền gia đình gửi từ Mỹ về.

*

Anh em đồng đội ra Bắc cả, chỉ còn mình bơ vơ giữa Sài Thành. Một hôm, sau khi được đề bạt, ma xui quỉ khiến thế nào, đôi chân đưa Hóa đến Biệt thự Xanh. Út Lan đang kéo vòi nước, rửa cái ô-tô Xi-tờ-rô-en. Bà Phát vẫn ngồi trên ban- công, lơ đễnh đáp lại lời chào của Hóa, rồi tiếp tục nghe chim hót trong vường cây và ngắm mây bay qua sông Sài Gòn.

- Trời đất, rồng trở lại nhà tôm, - Út Lan xởi lởi, đầy vẻ xã giao.

- Anh mới được đề bạt phó giám đốc trung tâm kỹ thuật. Tuy cũng nhỏ bé thôi, nhưng chẳng còn ai thân thích mà báo tin vui, nên đến đây chia sẻ với má và em, - Hóa nói, vẻ ngậm ngùi.

Út Lan toét miệng cười, đang định nói câu chúc mừng, chợt nghe tiếng vỗ tay trên ban- công, bà Phát ngoắc tay gọi lên. Cô hồ hởi ấn vòi nước vào tay Hóa và nhảy chân sáo lên lầu. Không hiểu bà Phát nói gì, mà Út Lan mặt đỏ tưng bừng, nhảo vào phòng thay đồ, rồi chạy vội ra cổng, kêu tắc-xi chở má đi công chuyện.

Cô nhờ Hóa xả nước, rửa nốt mui xe. Hóa lóng ngóng thế nào mà làm cho cô ướt như chuột lột, bộ bà ba lụa trắng vừa thay lúc lên lầu, dính bết vào cơ thể, nom khác nào khỏa thân dưới nắng chiều. Đã thế, cô còn cố nghển lên lau chỗ nước đọng trên mui. Đó là chỗ bà Phát rớt trên lầu xuống, trong trận bom ném vào dinh Độc Lập hôm nào, lõm như cái chảo.

Hóa đã tới châu Âu ăn học, ngắm tượng đài và tranh, ảnh biết bao cô gái khỏa thân, nhưng chưa bao giờ thấy sống động và gợi cảm như lúc này. Khi đàn bà muốn, đàn ông trở thành con mồi, huống chi Hóa, sức đương trai, vừa trên rừng xuống, gặp Út Lan dày dạn tình trường, lại là con gái rượu của mưu sĩ Phát.

Chương mười hai

1.

Từ khi phát hiện ra cái khăn rằn kỷ vật, bị lính Việt Cộng mang đi lau giày, bà Phát đứng ngồi không yên, bồn chồn lo lắng và riết róng nhắc nhở Út Lan, coi như không có, chớ xin lại. Bà e rằng, tung tích ông Ba bị lộ, thì hai mẹ con bị đuổi ra đường và tịch thu nhà cửa, xe cộ.

*

Tuyên bồi hồi nhớ tới ông Ba, nhắc lại kỷ niệm về cái khăn rằn và bảo Hóa cho vào túi ni-lông, trả lại chỗ cũ.

Ông Ba bị bắt trong đêm đầm sen, từ ngày ấy, nhưng tại sao cái khăn rằn bảy lỗ thủng lại nằm trong biệt thự này? Hay là thằng lính thủy quân lục chiến đã sát hại ông Ba rồi chăng? Vậy, ông Ba và chồng bà Phát có phải cùng là một người không? Theo lời khai báo của mẹ con bà Phát, thì chồng bà làm việc trong phủ đặc ủy kia mà. Làm việc trong phủ đặc ủy, tất phải là những người tài giỏi và trung thành. Nhưng ông Ba là cán bộ Việt Cộng loại cỡ (nói theo cách Nam Bộ là bự), thì sao được tuyển chọn vào trong đó? Không lẽ, ông Ba là cán bộ tình báo cài vào? Ông bị bắt là đích xác, chính Tuyên chứng kiến cơ mà? Về sau, nghe trên phổ biến là ông đã chiêu hồi? Người kiên trung như vậy mà chiêu hồi thì khó tin? Chính quyền Sài Gòn kể cũng lạ, nếu phải miền Bắc, mà lý lịch có dính dáng đến "dinh tê", di cư, địa chủ... thì coi như loại bỏ.

Ba chàng lính cách mạng, vòng vo tam quốc, hỏi đi hỏi lại mẹ con bà Phát về lai lịch cái khăn rằn bảy lỗ và về ông Ba, nhưng không kết quả. "Nó đã bị đội bạn đổ bê -tông, phòng thủ kiên cường, không để thủng lưới". Hóa cười, bảo thế. Nhưng cũng có điều chưa hợp lý, tính ra, ông Ba bị bắt đến lúc giải phóng thành phố chỉ hơn chục năm thôi, mà Út Lan đã đôi mươi và thằng lính "2.2" đã hăm mấy tuổi rồi. Vụ việc xảy ra không khớp thời gian, nên có lẽ, hai người này, chỉ trùng tên là Ba mà thôi.

Mãi đến khi Tuyên vào làm công cho gã phế binh sửa xe, lân la hỏi về cha đẻ của Út Lan, thì mới tỏ tường.

- Bố đẻ Út Lan chết từ thời vô Hố Nai rồi mà, - gã hồn nhiên. - Chả (cha ấy) ngã giàn giáo, xây cất nhà thờ.

- Lúc mới di cư vào à? - Tuyên tò mò hỏi.

- Đâu có, lúc đó thằng Hai đã bốn, năm tuổi chi đó, còn Út Lan mới sanh, - gã khơi khơi kể.

- Nhưng sao Út Lan biểu, ba cô di tản sang Hoa Kỳ? - Tuyên đưa đẩy vài từ Nam Bộ cho thân mật.

- Đâu có, cha dượng thôi à. Ổng chiêu hồi đó.

Tuyên lại đánh rơi cái cờ-lê xuống khay nhôm, dầu mỡ bắn tung tóe.

- Sao vậy, cha nội? - Gã nhướng mắt nhìn.

- Ngày trước, tôi làm cần vụ cho ông ấy... - Tuyên bải hoải nhớ về đêm đầm sen.

- Gác-đờ-co hả? - Gã gật đầu thán phục.

Tuyên kể chuyện ông ba bị phục kích và bị bắt, còn mình may mắn thoát được, nhưng bị tổ chức nghi ngờ. Nhưng điều bất ngờ, đến độ khó tin nhất, là chuyện ông Ba chiêu hồi, rồi làm trong phủ đặc ủy chi đó. Gã phế binh bảo, chính nhờ ổng, mà ba mẹ con bà Phát mới được rinh từ Hố Nai về Sài Gòn.

- Một khi Việt Cộng đã mất lòng tin lý tưởng, thì phục thiện, quay về với chính nghĩa quốc gia thôi à, - gã triết lý.

- Ông đừng có chơi cái kiểu, thầy bói nói dựa! - Tuyên nhắc nhở, có ý không vui.

- Thì người thực, việc thực đó, chứ tôi cũng không có ý định tuyên truyền để ông chạy sang Hoa Kỳ theo ổng.

Cả hai lại phá lên cười, vui vẻ.

2.

Bà Phát sang Mỹ định cư, mang theo cái đồng hồ thủy quân lục chiến cho con trai:

- Trời đất! - Hai sững sờ, khi nhận lại cái đồng hồ thế mạng của mình.

- Bùa hộ mệnh đó! - Ông Ba xen vô.

- Tài nhất là nó bọc cao su, - Hai gật gù, vẻ đắc ý.

- Là sao? - Bà Phát nhíu mày, nghe thấy con nói chẳng ra đâu vào đâu.

- Thì, nó bọc cao su, khi liệng mới không vỡ chứ. Nếu vỡ thì chẳng ai thèm nhặt và đã cho con xài đạn đồng rồi đó, má! - Hai thủ thỉ như tâm sự với cái đồng hồ.

- Trời đất quỷ thần ơi! - Bà Phát kêu lên và cười chảy nước mắt. Đoạn, đưa cái khăn rằn thủng bảy lỗ cho ông Ba, - Đó, cũng là thần hộ mệnh đó.

Ông Ba bàng hoàng nhận lại kỷ vật, mà ngỡ đã thất lạc mất tiêu rồi. Bà Phát bảo, chính Út Lan đã gom về, giặt sạch vết giày nhơ, rồi cất lại hộc tủ. Ông Ba hỏi là sao. Bà Phát kể, có ba lính Việt Cộng tưởng đồ bỏ, mang lau giày, rồi không hiểu sao, lại gạn hỏi mãi về lai lịch cái khăn. Sao lại hỏi. Nghe nói, thằng Tuyên cũng biết ông mà. Ông Ba giật mình, khẽ nói, có thời nó làm cần vụ thiệt...

Ký ức đưa ông về đêm đầm sen.

Khi bị bắt, ông khai là nông dân, đi thăm bà con. Nhưng bọn lính cộng hòa, nhìn tác phong và dáng người, biết ngay ông là cán bộ cỡ bự rồi. Chúng đâu có ngu, nói sao nghe vậy, nên ông không thể loanh quanh khai bậy mãi được nữa.

- Tôi là đảng viên đảng Nhân dân cách mạng, - ông Ba đĩnh đạc tuyên bố.

- Thì nói cha nó là đảng viên cộng sản cho rồi, - viên sỹ quan tâm lý chiến chọc tức, làm ông chưng hửng. Bởi ông nghĩ, ông tuyên bố như thế, hẳn chúng vì nể.

- Tôi nói điều chính danh, - ông Ba cự lại.

- Chẳng lẽ, cộng sản không chính danh sao? - Hắn nheo mắt, giễu cợt.

- Đó là hai vấn đề khác nhau, không liên quan đến cuộc hỏi cung này.

- Tôi nghĩ là có liên quan chớ. Chính cộng sản đang mưu toan tràn qua Việt Nam cộng hòa, để xuống vùng Đông Nam Á đó, cha nội.

- Hiển nhiên! - Ông ba trả lời tưng tửng và nghiêng mắt nhìn, giễu cợt như là kẻ đang chiến thắng.

- Rồi, năm triệu đảng viên cộng sản Nam Dương đã bị xóa xổ, - hắn đáp lại ông Ba một câu đầy trọng lượng và nhếch mép cười ngạo nghễ.

- Nhân dân In-đô-nê-xi-a anh hùng! - Ông Ba bỗng nhiên hô một câu khẩu hiệu, trấn an.

- Cà cuống chết đến đít còn cay, - hắn cười khảy.

Tức thật, cái thằng bằng tuổi con mình mà dám hỗn xược đến thế. Xưa nay, trên cứ, hay dưới ấp, ai cũng kính trọng ông, một điều thưa, hai điều gửi. Hay là nó chơi trò khích tướng, đánh vỗ mặt. Kệ cha nó, mình phải thông qua cuộc hỏi cung, hoặc chuyện trò để tranh thủ tuyên truyền chủ nghĩa cộng sản, giác ngộ sĩ quan và binh lính địch, dẫn dắt họ cải tà quy chính, đi theo con đường cách mạng. Binh vận ngay trong hàng ngũ địch, ông Ba khấp khởi chờ giáp trận.

*

Hiến, viên sĩ quan tâm lý chiến về Hố Nai thọ tang ông bác, chợt nghĩ, ờ héng, thằng cha cán bộ Việt Cộng cùng quê Phát Diệm với bác Phát nhà mình. Hay là...

Ban đầu, Hiến chỉ nghĩ đề xuất với sếp, cho ông ta đi thực tế vùng Biên Hòa, Hố Nai, để thấy đời sống bà con di cư năm 1954, nay đã thay da đổi thịt như thế nào, mà thôi. Qua đó, tác động tư tưởng, cái khó nhất là làm lung lay, tiến tới đánh đổ lý tưởng cộng sản của ổng. Không ngờ, sau khi chồng về nước Chúa, bác Phát gái lại trơn lông đỏ da, duyên thắm mặn mà, làm cho ông Ba mến thương.

Lúc đầu, ông Ba muốn tranh thủ làm công tác dân vận. Ông thừa biết, dân Công giáo cứng đầu, nhất là dân Phát Diệm di cư, lại được Mỹ- Diệm bố trí vào vùng Hố Nai, làm lá chắn thép bảo vệ cho Sài Gòn. Hai người cùng quê hương bản quán, khiến họ dễ đồng cảm. Hai đứa con của bác Phát, mà Hiến phải gọi là anh Hai, chị Út Lan, bởi bé đầu con ông bác, to xác con ông chú, thì cứ vai vế mà gọi thôi, cả hai đứa đều ngoan, dễ thương. Bố mất đột ngột, khiến chúng hụt hẫng tình cảm. Nay có ông Ba thân thương như chú, như bác trong nhà, dễ gần gũi. Mấy lần Hiến đưa qua nhà chơi, mà ông Ba coi là cơ hội dân vận, nên cũng vui như trở về làng xóm của mình vậy. Bác Phát không những đằm thắm, mà còn sắc sảo, cơ mưu, khiến ông không những thương mến mà còn phục thầm, tự lúc nào.

Sau hai năm, mãn tang chồng, bà Phát càng rực rỡ bội phần. Ông Ba cũng như con ong đã tỏ đường đi lối về. Thế rồi, ông trở thành cha dượng của Hai và

Út Lan. Ông cũng chính thức trở thành người chiêu hồi chánh nghĩa quốc gia Việt Nam cộng hòa. Những buổi nói chuyện tâm tình của ông với số cán bộ, chiến sĩ bị gọi hàng, khiến mọi người từ chỗ hoang mang, rồi trở nên thấm thía, về những điều gan ruột của người cùng chiến tuyến, năm xưa. Ông nắm vững lý luận chủ nghĩa Mác, Lê-nin và đường lối cách mạng miền Nam của đảng Lao động Việt Nam và đảng Nhân dân cách mạng, soi vào thực tiễn miền Nam, càng thấy sự vô lối, ảo tưởng. Có người mới tham gia cách mạng, chưa học lý luận, hoặc chỉ vừa được giác ngộ rằng, làm cách mạng để giải phóng miền Nam, thống nhất đất nước, tiến lên chủ nghĩa xã hội là ước mơ của loài người. Nay nghe ông Ba nói lại, đâu phải thế, làm cho họ vỡ mộng và cảm thấy bị lừa, làm bia đỡ đạn cho Mát-xcơ-va và Bắc Kinh mà thôi.

Trên cứ đã nghe báo cáo về chuyện chiêu hồi của ông Ba, càng ngày càng thấy tác hại nguy hiểm, nên giao cho biệt động thành thủ tiêu, trừ hậu họa. Tình báo Mỹ và Phủ Đặc ủy trung ương Tình báo Sài Gòn cũng đánh hơi thấy, lập kế hoạch bảo vệ ông Ba. Biết chuyện, ông Ba càng trở cờ đến độ. Nhất là từ khi xác định được đầu đạn bắn vào mỏ rìu khăn rằn không phải là AR15, mà là AK, thì càng khiến ông tỉnh ngộ. Chả lẽ, mình là cán bộ đầy nhiệt huyết và có năng lực nhất nhì căn cứ mà bị thủ tiêu, để kẻ khác rộng đường thăng tiến sao? Hay, tại mình là dân Bắc Kỳ. Cái tổ chức được gọi là của những người ưu tú, tiên phong của giai cấp công nhân, làm cách mạng giải phóng dân tộc, ý nghĩa thật là thiêng liêng và cao quý, nhưng thực tế, cách mạng gì thì cách mạng, là dân Bắc Kỳ vẫn bị ngấm ngầm kỳ thị. Chuyện ai cũng nhận thấy, nhưng không dám nói ra. Biết thân biết phận thì chớ có ngoi lên hàng đầu, giỏi lắm cũng chỉ làm cấp phó mà thôi. Cái đầu đạn ấy, ông Ba luôn mang theo mình, nay trở thành giáo cụ trực quan sinh động như một kíp nổ kinh hoàng, gây ra hàng loạt vụ nổ dây chuyền, trong tư tưởng hàng ngũ cán binh cộng sản, góp phần làm cho hàng loạt người chiêu hồi.

Dần dần, đại gia đình của ông Ba, bà Phát và hai đứa con riêng của bà, được chuyển về Sài Gòn, vừa tiện cho công việc, đi lại hàng ngày của ông, tại Phủ Đặc ủy Dân vận chiêu hồi. Mặt khác, chuyện đó cũng tiện lợi cho việc bảo vệ ông, trước các ngón đòn tấn công của biệt động. Vả lại, ông đã từng sống trong lòng cộng sản, nên hiểu đường tơ kẽ tóc của việc tự bảo vệ mình. Con hổ, tuy là chúa sơn lâm, nhưng không tinh ranh là sập bẫy liền. Bên cạnh, lại có bà Phát, ranh mãnh như một con cáo, tự nhiên, thành người phò tá, cặp bài trùng của ông. Bởi thế, ông mới tồn tại ở Biên Hòa, Sài Gòn của chế độ Việt Nam cộng hòa và sau đó, ở Ca-li-phoóc-ni-a của Hợp chủng quốc Hoa Kỳ.

Đời ông đã từng thấy bao sắc cờ trên đất nước, nào là tam tài, quẻ ly, nào là cờ đỏ sao vàng, cờ vàng ba sọc, rồi cờ sao và vạch. Lúc đầu, nhìn lá cờ vàng ba sọc, thấy phản cảm lắm, bởi đã được tuyên truyền là cờ ba que. Về sau, tìm hiểu lịch sử, ông chuyển sang ngưỡng mộ. Cờ ba sọc là cả ba miền Bắc, Trung, Nam cùng thống nhất trên một nền vàng tượng trưng phương Nam. Giờ đây, lại kéo lá cờ ấy trên đất Mỹ. Bà Phát thì không muốn trưng cờ. Bà sợ cộng sản theo chân soi mói, làm khó làm khổ cho ông và thằng Hai. Việt Cộng thì bảo ông phản bội, quốc gia lại bảo là hồi chánh. Thực ra, ông hành động theo sự trưởng thành, giác ngộ của nhận thức. Từ chỗ tôn thờ, xả thân vì lý tưởng cộng sản, tới sự thất vọng và quay đầu thấy bờ. Khi chế độ Việt Nam cộng hòa sụp đổ, ông bị một cú sốc có một không hai trong đời, hơn cả khi phát hiện đầu đạn AK giắt trên khăn rằn buộc kiểu mỏ rìu. Trong nỗi cô đơn và hoang mang cực độ, ông bất đắc dĩ phải di tản tới nơi đất khách quê người, thì bến bờ lại càng xa lơ xa lắc.

Chiều chiều, ông Ba thường nằm khểnh trên võng, vỗ bụng và tự đặt lời, ngâm nga điệu hò kiểu Nam Bộ:

Ơ hờ,
Từ Ca-li anh đi Tếch-dát
Xin hỏi cô mình địa hạt nào hơn
Nơi nào hơn anh bươn chải tới
Thỏa nỗi niềm vời vợi nhớ nhau
Ơ hờ...

Cái võng vải, vẽ hoa văn hình con thuyền tam bản, thấp thoáng hoa sen. Thì ra, ổng vẫn nhớ cái đêm đầm sen hôm ấy, bà Phát nghĩ. Sau khi lấy nhau, ông có đưa bà và hai con trở lại đầm sen định mệnh. Bây giờ, sang Hoa Kỳ rồi, chắc không có dịp trở lại nữa, thì ông vẽ cảnh, đặt bày bài hát chơi chơi vậy thôi. Ông không phải dân Nam Bộ, mà sao điệu hò cũng mênh mang mùi mẫn quá trời. Có lẽ, cái hương gió và chất bùn châu thổ đã ngấm vào từng lỗ chân lông của ông.

Đôi lúc, bóng dáng người chồng cũ hiện về, bà cảm thương ông lận đận, gồng gánh cả nhà từ Phát Diệm, theo Chúa di cư vào tận Hố Nai, rồi chết tức tưởi. Và không chờ, không mong, nhưng Chúa Trời cảm thông, cho bà duyên phận mới, tái giá mà ý hợp tâm đầu. Ông là cha dượng mà thương con riêng của bà như con đẻ. Ông thường trầm lặng, nghĩ ngợi điều chi đó. Bà thương ông, phục ông, lại có phần nể sợ ông nữa. Nhưng nghĩ cho cùng, đi ngang qua cuộc đời bà, ông đã từ bỏ cộng sản, về với quốc gia. Thế là ổng có nghĩa nhân của con tim và tự sáng láng của trí não. Thằng Hiến bảo rằng, bà đã lập chiến công có một không hai, ngang cả sư đoàn. Nhưng bà nghĩ khác, bởi đã dâng hiến phần trái tim còn lại, với nhiệt huyết cháy bỏng...

Chương mười ba

1.

Tuyên phi ngựa Hon-đa 67, vè vè lượn qua cầu Chả. Sao cây cầu dẫn vào đầu thị xã mà chỉ vừa lọt cái xe ca chở khách thế này? Tuyên nghĩ bụng. Chợt có tiếng rao ời ợi vóng lên: "Ai chờ... ổi, ổi, ổi... đây, ây, â... y...". Giọng nghe quen quen, anh hàng chổi thồ xe đạp, đứng ngang cổng bến xe khách, dáng thấp mập của lính pháo binh.

- Quang! Thằng Quang!

Tuyên thét lên, không kịp chống chân xe máy, nhảy bổ tới, ôm chầm lấy Quang, làm cho cả xe máy, lẫn xe đạp thồ chổi cùng đổ chổng kềnh, dưới gốc cây xà cừ cổ thụ.

- Ối, anh Tuyên! - Quang định thần, kêu toáng lên.

Hai anh em ôm nhau, ngã lăn. Hành khách xếp hàng chờ mua vé, tưởng vụ cướp giật, túa ra xem. Bất chợt, cả hai thấy hàng trăm cặp mắt đang nhâu vào nhìn, vội vã dìu nhau đứng dậy, rồi dắt xe vào quán nước, có biển đề: "Giải khát có đá", để hàn huyên. Tuyên gọi đĩa kẹo dồi, hai điếu thuốc lá More và hai cốc nước chanh đá. Quang ngượng nghịu cầm điếu thuốc lá Mỹ, dài như cái đũa, rồi nghiêng đầu cho Tuyên châm lửa.

- Này, thằng Hóa giữ cái bật lửa zíp-pô đấy, - Quang thì thào.

- Sao biết? - Tuyên gặng hỏi. - Nó giấu được cái

bật lửa, to bằng mấy cây vàng như thế, kể cũng tài, - Tuyên cười mũi đầy ngụ ý, vừa thong thả khuấy cốc nước chanh, tiếng những viên đá lạnh, chạm vào thành cốc, nghe lanh canh, vui tai. - Chanh xứ này thơm.

- Sau cái vụ nó dẫn giải thằng phi công, rồi lên bộ tư lệnh miền, dịch tài liệu gì đó, - Quang nhớ lại, không để ý đến lời khen chanh quê.

- Thì là của thằng Giôn, - Tuyên gật gù, - Lúc khám người, thằng Giôn năn nỉ xin làm kỷ niệm. Ai ngờ lại vào tay thằng Hóa.

- Nhưng mà chua đấy! - Cô hàng giải khát không thấy Quang hưởng ứng lời khen quả chanh quán mình, bèn chen vào, góp chuyện.

- Con gái xứ này xinh ra phết, - Tuyên tán chuyện cho vui.

- Ôi giời, bọn em chẳng bén cái gót chân vợ anh Quang đâu, - cô ta cất tiếng chanh chua.

- Về nhà em đi, ngay đây, - Quang đột ngột ngắt chuyện và gỡ kim băng túi ngực, rút nắm tiền lẻ, toan thanh toán.

- Ấy, để đấy! - Tuyên chồm dậy, ấn tiền vào túi Quang, bị cái kim băng đâm cho một phát, vội ôm ngón tay, nặn máu. - Kim băng của đàn bà hay sao? Độc gớm, máu đen sì.

Cô chủ quán "hứ" một tiếng, buông sõng một câu: "Cái nhà bác này, coi đàn bà như kẻ thù giai cấp". Tuyên cười trừ, nháy mắt tinh quái.

Quang đạp xe thủng thẳng. Tuyên chạy xe máy vè vè bên cạnh. Hai anh em đi xe dọc bờ sông Lô.

- Phố gì đây, chả thấy ghi tên? - Tuyên vừa hỏi, vừa thắc mắc, thói quen khi đến tỉnh lạ.

- Thị xã bọn em chưa đặt tên phố xá. Đường này, cứ gọi là đường Bờ Sông, hoặc là đường xuống bến xe thì ai cũng hiểu, - Quang cười, vẻ thật thà.

Thấy Quang dẫn vào hàng phở, Tuyên kêu lên:

- Về nhà thôi, có gì ăn nấy, vào hàng phở làm gì? Tốn! - Tuyên ngoặt bánh xe, cản mũi.

- Nhà em mà. Làn ơi, anh Tuyên lên chơi. - Quang gọi với vào trong nhà.

Tuyên tần ngần chưa kịp ngạc nhiên, vì không ngờ Quang lại làm hàng phở, thì Làn đã từ trong nhà, te tái chạy ra, khiến anh sững người. Đẹp thật, không ngờ thằng cha này thế mà bợm, chuyển sang hàng phở, vợ lại đẹp như tranh.

- Ô, anh! Anh Quang nhà em, nhắc đến anh suốt, - Làn xởi lởi, thay lời chào. Anh Quang kìa, dựng xe cho anh ấy, - cô lại thể hiện sự chu đáo, mến khách, làm hởi lòng Tuyên.

Mấy ông khách Thụy Điển, húp nốt bát phở, rồi đứng dậy. Nhìn bàn tay đầy lông lá móc ví trả tiền, Tuyên cảm thấy có gì ám ảnh, nhớ lại cái hôm cùng Quang kiểm tra tên Giôn, tù binh Mỹ. Hỏi ra mới biết, đó là những chuyên gia sang trồng bồ đề và làm nhà máy giấy. Thấy vợ chồng Quang bận rộn, Tuyên cầm chén nước, vẩn vơ ra vỉa hè nhìn xe cộ. Bếp lò quay ra đường, mấy cây củi dài loằng ngoằng, nằm chềnh ềnh ngay từ vỉa hè. Phố này, nhà nào cũng mở cửa hiệu, nào may đo, nào thêu cờ, nào sửa chữa xe đạp, nào hàn dép nhựa, nào là quần áo bằng than củi... Mấy nhà làm theo kiểu hiên tây mái chảy lợp ngói, còn đa số là mái lá cọ. Bên các gốc cây xà cừ ven đường, có dựng câu liêm và thùng phuy đựng nước cứu hỏa. Những gương mặt bộ hành mặc áo chàm, quần cộc, vẻ khắc khổ cuốc bộ trên phố, vừa đi vừa ngó nghiêng, kiểu người ở thôn quê miền núi ra tỉnh thành. Thỉnh thoảng có cái ô-tô con hiệu U-át sơn xanh thẫm, lấm bụi đường, ì ì chạy. Một đoàn xe ô-tô Zin, do Liên Xô sản xuất, đầu trắng, ca-bin xanh nước biển, ầm ầm diễu qua. Có tiếng hô cảnh báo: "Bọn đoàn Mười đấy!", rồi người đó đọc to câu ca giễu cợt:

Con ơi muốn nên thân người
Hễ thấy đoàn Mười thì tránh cho xa.

À, thì ra, Đoàn 10 là bọn này. Chợt, một cái ô-tô Zin lượn sát vỉa hè, bấm còi "pim, pim, pim", ba tiếng. Nhận được tín hiệu, Làn tong tả chạy ra. Tay lái xe để sẵn một bao tải gạo trong buồng lái. Làn nhoài lên cửa xe đã bật chốt. Tay lái xe nhanh mắt lùa vào ngực Làm một cái nhìn chầm bặp, thay bàn tay chai sạn và đẩy bao gạo xuống đường. Làn vẫy tay lưu luyến, má ửng hồng, mắt long lanh. Tay lái xe rồ ga, ném vào mặt Tuyên một cái nhìn khoằm khoặm, thay cho câu chửi: "Cái đồ đó rách ngáng chỗ". Tuyên cười ruồi, nghiêng mặt sang bên tránh cái nhìn vào ngực áo để hở thông thống của Làn và khom lưng giúp cô ta khiêng bao gạo vào nhà.

*

Đêm.

Hai anh em gác chân lên nhau, chuyện bù khú.

- Chết cười, ở nhà đang ngủ giường, đi lính ngủ võng, vào Sài Gòn lại ngủ giường đệm, thế mà đau lưng, chống chếnh, lại thích võng. Thì ra, con người sống theo thói quen. Mà thói quen lại do con người tạo nên, - Quang triết lí vụn.

- Thì thế... Có lần, tao thấy mày nằm tênh hênh, cạp quần đùi kềnh kệnh, sinh nghi, rờ thử coi... À hà, thì ra nhẫn và khuyên. Chú mày bợm. À hà hà... - Rượu ngấm, Tuyên lôi gan ruột ra nói chuyện.

- Thì, có bận, em với thằng Hóa thấy anh "đi đồng" lâu quá, ngỡ bị cảm gục trong đó thì nguy. Em mới máy thằng Hóa, chạy ra xem sao. Một lúc, nó vào, mặt trắng bệch, em tưởng anh sao rồi, hỏi rối lên. Nó lắp bắp bảo, ngó qua khe cửa nhà xí, thấy anh đang ngồi mân mê cái nhẫn vàng. Nó toan chạy lên báo cáo đại đội. Em liền lôi cổ lại, dọa cho một trận, mày mà bẻm mép, tao sẽ đưa cái chuyện mày vãi đái ra quần là mất mẽ yêng hùng...

- Cười nhỉ! - Tuyên nói bâng quơ, chẳng ra thú nhận cũng chẳng ra phủ nhận. - Chiến tranh mà... Tiếng là đại đội xưa, nhưng bổ sung toàn lính mới, chỉ có ba thằng mình bị bom chê đạn ghét.

- Thế mà anh sắm được Hon-đa, mấy cây? - Quang thực thà hỏi.

- Đâu có, tao cho vợ một, còn một thì ỉa ra ở Sài Gòn rồi. Còn mày? - Tuyên bỗ bã.

- Em cũng tặng Làn, nhưng cô ấy có vẻ nghi nghi...

- Vợ tao cũng vậy. Bọn đàn bà tinh nhỉ?

Bỗng buồng bên có tiếng Làn khóc nức nở. Hai anh em giật nảy mình. Tuyên vội đẩy lưng Quang, ý bảo, chạy sang xem sao. Hai vợ chồng thì thầm thì thào một lúc, Quang trở lại, mặt buồn thiu, xòe cái nhẫn và khuyên tai ra.

- Có lẽ, cô ấy nghe chuyện anh em mình. - Tuyên lẩm bẩm, - vô ý quá đi mất.

- Vách có tai thật, anh ạ, - Quang thẫn thờ, ngồi im như cái bóng.

- Có lẽ vầy, - Tuyên chặc lưỡi. - Thôi thì giành làm vốn đi buôn, lấy ngắn nuôi dài. Chứ cứ mãi thế vầy, nhọ nhĩnh lắm. Rồi mai ngày, có bát ăn bát để, sắm thứ khác cho cô ấy sau.

- Em chẳng biết buôn, chí có bán mấy cái chổi tự làm ra thôi, - Quang lủng bủng, phân bua.

- Liều! Anh liều mà có Hon-đa... - Tuyên hăm hở khoe, vừa ra oai, vừa lên giây cót tinh thần cho cả hai.

2.

Đúng là ghét của nào trời trao của ấy, Tuyên cười thầm. Mình từng nghe đồn đại rằng, quan quân đoàn Mười dữ dằn lắm, lại chứng kiến tay lái xe mất không miếng mồi, với vẻ tức tối. Hẳn nó đã thả mồi bắt cá rồi và sẽ còn câu nữa. Nhưng mình buôn bán kiếm ăn, chứ có phải chính trị viên đoàn Mười và trợ lý chính trị quán phở bà Múi đâu, phải cậy nhờ nó, còn sĩ diện nỗi gì?

Đoàn Mười chở hàng một chiều. Một ông trung ương tuần du lên mạn ngược, thấy cả đoàn nhông nhông chạy xuôi, không tải, lập tức lên tiếng. Báo hại đoàn Mười, lấy hàng gì mà chở xuôi? Mỗi khi xe chở hàng lên, rồi vạ vạt nằm chờ, liên hệ chở đống củi, bó nứa về xuôi, gọi là cho có. Chớp cơ hội ấy, Tuyên bàn với hai vợ chồng Quang- Làn, thu gom sắn khô bán nhà máy bánh kẹo, mua sẵn tre, nứa để chở nhà máy giấy... Đúng là buôn thất nghiệp, lãi quan viên, nhờ có cước vận chuyển gần như cho không, lại có đủ giấy tờ vận chuyển, nên bọn thuế vụ, kiểm lâm không ẻ họe điều gì.

Thấy cánh Tuyên vớ bẫm, dân phố đổ xô vào kiếm ăn. Tuyên bàn với vợ chồng Quang, chuyển ngạch.

- Bác thật thức thời, - Làn bây giờ gọi Tuyên là bác. - Em nghe phong thanh, nó sắp xiết lại rồi. Nhưng ta làm gì bây giờ?

- Sắp có giải bóng đá quốc tế, ta buôn ti-vi, - Tuyên tỏ ra sành sỏi.

- Dân nghèo, đào đâu ra tiền mà mua ti-vi, toàn đi xem ké thôi, - Quang thật thà, bàn rùn.

- Chính thế, - Tuyên tính. - Ta buôn ti-vi đen trắng là chính, nhưng cũng có cả loại màu nữa, cho dân sẵn tiền. Khoản này, đánh vào thị hiếu đám thanh niên.

- Bác tính thế là phải, - Làn mau mắn ủng hộ.

- Bọn thuế mà ngửi hơi thấy thì mất cả chì lẫn chài, - Quang vẫn e ngại.

- Em quen bọn nó. Ta cứ thả cho nó tí chút là êm, vài cái chứ mấy. - Làn cũng tỏ ra lọc lõi thương trường, quay sang Quang, - anh quen cánh chiếu bóng các huyện, đổ thêm nguồn ấy nữa, chứ không phải chỉ loanh quanh thị xã này đâu.

- Phải! - Tuyên vỗ đùi đánh đét, - buôn bán là dựa trên quan hệ dây mơ rễ má, chỗ nào không có sẵn thì tạo ra, đồng tiền đi trước là đồng tiền khôn. Quan hệ làm ăn là ở mồm, ở ví, chứ còn ở đâu nữa... - Tuyên liếc mắt xoẹt qua mặt Làn, hình ảnh tay lái xe và bao gạo đoàn Mười hiện ra.

Làn không để ý cái nhìn kiểu quan tòa của Tuyên, cô nghĩ, sắc đẹp chính là thế mạnh của đàn bà. Chả gì, cô cũng ưa nhìn, đấy là cái vé qua các cửa, trời cho... Thằng cha Tuyên này bợm lắm, không củ mỉ cù mì như Quang.

Bọn Tuyên lại phất lên nhờ ăn theo giải bóng đá và lại đến Ô-lem-pích. Cánh các huyện cứ nhận ti-vi và phụ kiện, đi vào các xã lắp đặt, xoay ăng-ten, khi có hình, có tiếng mới nhận tiền, nên đắt khách. Thế là ti-vi chạy vào khắp nẻo đường rừng và tiền bạc từ khắp nẻo đường rừng đổ về túi bọn Làn. Lại nhớ, hồi mới giải phóng Sài Gòn, dân hỏi: "Ngoài Bắc có ti-vi không?". Mấy chú bộ đội sĩ diện, ra oai: "Thiếu cha gì, ti-vi chạy đầy đường". Hô hố, các chú nhầm ti-vi với chó. Nhưng thời đó, miền Bắc thường gọi là cái vô tuyến truyền hình, hoặc gọi tắt là vô tuyến. Chẳng hạn, cái vô tuyến này lắm muỗi quá. Tức là, cái ti-vi bị nhiễu sóng. Sau giải phóng miền Nam một thời gian dài, dân Bắc mới gọi theo là ti-vi.

Tuyên nhận thấy, con gái xứ Tuyên này đẹp thật, hơn vợ mình là cái chắc. Mai thì đen giòn, nhưng chỉ được nết ăn nết ở, khéo chăm con. Hai thằng cu sinh đôi, lộc ngà lộc ngộc như đôi gà tồ. Mỗi khi Tuyên về, là chỉ thích chơi trò vật nhau với bố. Bao giờ Tuyên cũng giả thua, chúng cưỡi lên bụng, khoái chí cười vang cả đống rơm. Nước da chúng giống mẹ. Tuyên mua cho ba mẹ con mấy đôi áo may-ô cộc tay, có đường phẩm xanh kẻ ngang, kiểu lính thủy. Khi mặc vào, nom như hải quân châu Phi, mà đô đốc lại là đàn bà, vui mắt đáo để.

Ngược lại, Làn thì eo thon vẫn y nguyên như thời con gái, vì hai vợ chồng chưa sinh được mụn con nào. Tuyên lo thay bảo:

- Hay là, cả hai đi khám thử xem, tuổi xuân qua mau, cái già xồng xộc nó thì đến ngay, rồi cha già con cọc, khổ một đời.

- Khám cả rồi, tại em, chứ nhà em, gái thành Tuyên, cứ gọi là sòn sòn, - Quang pha trò cười.

- Sao mày không lo mà chữa chóng đi, - Tuyên giục.

- Hết cách rồi, đang tính nhờ bác...

Tuyên giơ tay, tát "bốp" một cái vào mặt Quang. Cả hai bàng hoàng, rồi rưng rưng ôm lấy nhau, mà khóc không ra nước mắt.

- Thôi, bác tha cho anh ấy, âu cũng là cái sự cảm phục ông Lưu Bị thuở nào, - Làn xông vào chữa cháy.

Cả ba lại cùng cười mếu máo.

Nhưng từ buổi ấy, Tuyên và Làn nhìn thấy nhau là lại thẹn thùng. Một đêm mưa, Quang vắng nhà, Làn rón rén đến chỗ Tuyên nằm, lặng lẽ cởi quần áo cho cả hai. Nhưng đột nhiên, Tuyên nhớ đến Quang, sự bẽ bàng làm rủn tủy. Làn khóc: "Sao mà đời tôi lại khổ thế này?".

Chương mười bốn

1.

Hóa trở thành thần tượng trong Liên. Một người trai "vào trong phong nhã, ra ngoài hào hoa", lại mang lý tưởng cao đẹp, luôn sẵn sàng trở về nước, xông lên tuyến đầu cuộc kháng chiến vĩ đại. Liên đã đọc cuốn nhật ký và lá đơn viết bằng máu của Hóa. Cô ngưỡng mộ Hóa như một người anh hùng. Hóa đã đáp lại tình cảm của cô một cách kín đáo.

Pra-ha- Thành phố Vàng, sự lộng lẫy ấy như chắp cánh cho tình yêu của cô. Cô ngất ngây hạnh phúc. Đêm, trước khi chia tay, cô đã trao Hóa tất cả những gì thiêng liêng nhất của đời con gái. Người ta ra mặt trận chả tính toán, mình còn tiếc nỗi gì. Tình yêu nồng nàn có tiếng gọi riêng, có lãnh địa riêng của nó.

Hóa lên đường về nước, toại nguyện cả trên con đường lý tưởng và tình yêu.

Khi phát hiện Liên hoang thai, sứ quán đã yêu cầu kỷ luật. Liên trình bày hết nước mắt rằng, đó là đứa con tình yêu của Hóa, con của một người anh hùng. Nhưng cô đã vi phạm qui định, nên cũng phải trả về nước.

Về nước, Liên ê chề mang tiếng là đứa con gái chửa hoang, nhục nhã trước gia đình, hàng phố. Tuy vậy, cô vẫn tin ở Hóa, tự hào về Hóa. Cô về quê Hóa, nhưng chỉ nhận được sự dè chừng. Cô lại bổ đến thăm đơn vị huấn luyện tân binh vùng trung du, nhưng chỉ còn đồi cọ và những giao thông hào nham nhở.

Liên muốn sinh con trai, lớn lên tiếp bước cha, nhưng ông trời lại cho con gái. Con ơi, lại khổ một đời rồi. Đời con gái như mẹ, có quyền tự hào làm vợ chưa cưới của một người anh hùng. Nhưng con lớn lên, chiến tranh đã đi qua, đất nước hòa bình, làm sao chọn được một người anh hùng trong chiến trận. Chọn chồng giữa chốn ba quân. Mẹ đã thấy những chàng thanh niên Tiệp, ở thủ đô của một nước xã hội chủ nghĩa văn minh, mà để đầu tóc bù xù. Ừ, thì cứ cho là tập quán châu Âu nó thế, nhưng chúng lại còn tụ tập chống lại chính quyền xô- viết, thì đúng là quân phản động. Từ đồi trụy dẫn đến phản động là một bước ngắn. Mẹ sợ, rồi thủ đô Hà Nội sau này cũng thế. Thành phố sẽ sống trong hòa bình, nhưng đám thanh niên sẽ xuống đường đòi tự do, dân chủ kiểu phương Tây, thì không thể tưởng tượng nổi. Lớn lên, con hãy đi theo con đường lý tưởng của bố, con nhé. Mẹ đã bị khai trừ khỏi đoàn, nhưng vẫn giữ lại tấm huy hiệu, với biểu tượng: "Thanh niên cầm cờ anh dũng tiến lên!"

Liên không được nhận vào các cửa hàng hợp tác xã mua bán, hay thủ công nghiệp, nên ngày ngày, cô đi phe vé ở các rạp chiếu phim Tháng Tám, Hòa Bình... Cô quyết không phe vé xe khách. Cô nghĩ, dù sao mình cũng thuộc tầng lớp trí thức, kiếm đồng tiền nuôi con bằng cách ăn chênh lệch giá vé xem phim, sang trọng hơn. Thành phố thời chiến, có cái khổ của nó. Nhưng chính nhờ đó, mà cô dễ làm ăn. Người ta không có thời gian xếp hàng mua vé xem phim, thì đã có cô phục vụ. Cô cố gắng nuôi con khôn lớn, vừa giữ gìn để khi gặp Hóa, từ chiến trường về, đỡ tủi hổ.

Cô mường tượng, Hóa trở về, ánh mắt và nụ cười rạng rỡ, ngực lấp lánh huân chương. Cô dắt con đến trao bó hoa tươi thắm. Cô sẽ ngả đầu bên vai Hóa. Bé Thủy Chung vai đeo khăn quàng đỏ, được bố bế trên tay. Cả ba đi trên đường phố, trước hàng ngàn cặp mắt ngưỡng mộ. Dàn nhạc đi theo, rộn ràng tấu lên bản hành khúc chiến thắng. Dạo quanh bờ hồ Hoàn Kiếm, ngây ngất ngắm nhìn bức tranh cổ động khổ lớn, treo trước cửa bách hóa Tràng Tiền. Bức tranh vẽ gia đình Hóa- Liên- Thủy Chung, đang kề vai áp má bên nhau, với dòng chữ: "Hạnh phúc non sông hạnh phúc nhà".

2.

Thủy chung kể với mẹ, cô giáo giảng lời lãnh tụ rằng, nước ta tuy nhỏ, nhưng đã đánh thắng hai đế quốc to. Từ giờ trở đi, không còn kẻ xâm lược nào dám nhòm ngó đến nước ta nữa. Liên bảo, trong đó, có phần chiến công của bố con. Bao giờ bố về, hả mẹ? Bao nhiêu người đã lũ lượt về cả rồi. Bao giờ Hóa về? Chính Liên cũng khắc khoải câu hỏi đó. Liên lại tốc về quê Hóa. Hóa đã gửi thư về gia đình. Cô lấy địa chỉ đó gửi thư luôn, dán mấy con tem. Nhưng bao cánh thư không có hồi âm. Hay nhầm địa chỉ, cô lại viết thư hỏi thăm gia đình Hóa, thì được biết, Hóa đã chuyển ngành, làm phó giám đốc trung tâm kỹ thuật gì đó ở Sài Gòn. Cô cũng cho địa chỉ của mình, để gia đình viết thư cho Hóa, nhưng đều bặt cô âm tín.

Làng quê Hóa, dải đất miền Trung khô cằn, nhưng người dân hiếu học. Gia đình nhà Hóa gia giáo, nề nếp, nên tuy quý mến mẹ con Liên, nhưng do chưa cưới hỏi, hơn nữa, chưa có ý kiến của Hóa, nên chưa dám nhận. Bé Thủy Chung giống bố như đúc, môi mỏng, mày xếch, mắt sắc như dao. Chỉ nhìn thoáng qua, là ông bà nội nhận ngay được giọt máu của Hóa rồi.

Liên bồn chồn, rất muốn được đi Nam một chuyến, xem sự tình ra sao. Nhiều người đã được phép đi công tác, hoặc thăm thân nhân trong ấy rồi. Nếu xin đi được, thì phải lo tiền tàu xe vào, và cô cũng đã tính đến phương án, phải tự lo tiền tàu xe ra nữa. Hai mẹ con lần hồi, chỉ đủ vặt mũi đút miệng thôi. Mình là người dân miền Bắc xã hội chủ nghĩa, xuất hiện ở mảnh đất mới giải phóng khỏi chế độ nô lệ của đế quốc, sao cho tư thế đàng hoàng. Nhưng mấy bộ quần áo của mẹ con cô đều đã bợt bạt, đến như đôi dép cũng đã phải hàn vá nhiều lần.

Có lúc, cô thoáng nghĩ đến sự phản bội của Hóa. Ý nghĩ đó, như một mũi tên cắm phập vào trái tim cô và không thể rút ra được nữa. Nếu Hóa không còn là của cô ngày xưa, thì phải làm gì? Thậm chí, Hóa đã lấy vợ khác, chẳng hạn? Hôm về quê Hóa, cô đã nghe bóng gió chuyện này, rằng thì là, một cô tiểu thư Sài Gòn, ra thăm quê. Đánh ghen, đòi chồng thì hạ đẳng và vô lối quá, không phải đạo đức, tác phong của con người mới xã hội chủ nghĩa. Mà vào rồi chỉ nhìn vậy, rồi quay ra, thì chuyến đi vô nghĩa. Sau đó, biết ăn nói làm sao với gia đình và hàng phố?

Từ chỗ phơi phới niềm tin, tự hào, đón chờ niềm vinh quang tột đỉnh, đến chỗ bải hoải, nghi ngờ, đổ vỡ. Tất cả, như một cái bánh vẽ, tan biến, khiến cho Liên sụp đổ hoàn toàn. Bấy lâu, cô chờ đợi, nuôi con và sống bằng sức mạnh tinh thần, với niềm tin lý tưởng. Bây giờ, thực tế phũ phàng đang hiện dần ra, cô chới với không còn chỗ bám víu, không nơi nương tựa. Cô ốm một trận thập tử nhất sinh. Bố mẹ và mấy đứa em cậu đã tính chuyện mua quan tài và báo tin cho gia đình ông bà nội bé Thủy Chung, thì may sao, cô hồi tỉnh. Hình như, đứa con côi cút là chỗ níu kéo cô quay lại cõi dương gian. Nơi đó, tuy đầy sự lừa lọc, dối trá và bất công, nhưng dù sao cũng còn là cõi người. Trong hằng hà sa số con người của xã hội ấy, có cha mẹ, các em và con là tổ ấm của cô. Tình máu mủ, ruột thịt là nền móng vững chắc cho ngôi nhà hạnh phúc, chứ không phải là niềm tin lý tưởng nào sất cả.

Chương mười lăm

1.

Thực ra, tất cả những thư của gia đình và liên gửi, Hóa đều nhận được. Nhưng Hóa ngơ đi, không trả lời, vì sợ. Hóa sợ con đường tiến thân bị ách tắc, do cái chuyện ong bướm thời sinh viện, tận trời Âu. Tuổi trẻ bồng bột, nếu chỉ có yêu thì cũng là chuyện thiên hạ chi thường, nhưng rủi thay, lại có sản phẩm là đứa con, nghe nói, giống Hóa như đúc. Chuyện như thế, thì ăn làm sao, nói làm sao bây giờ với tổ chức, với gia đình, họ hàng. Gia đình đã biết chuyện Hóa làm bại hoại gia phong, chỉ chờ Hóa về là cho một trận. Liên thì bám víu, để giữ thể diện, nhưng làm sao Hóa có thể đèo bòng. Bởi vậy, Hóa tính, thôi đành muối mặt, đánh bài lờ lớ lơ là thượng sách. Tam thập lục kế chi tẩu thượng- ba mươi sáu kế, chuồn là thượng sách.

Nhưng vạ vịt chưa qua, tội gà đã tới. Ngơ được cô sinh viên Pra-ha, lại mắc vào con gái gia đình Ngụy quân, Ngụy quyền Sài Gòn. Út Lan giữ bụng để ràng buộc Hóa. Cô ta bảo, Hóa mà không cưới, sẽ vác bụng thỉnh tới tận ủy ban quân quản thành phố cho coi. Hóa mắng mình ngu, sao tự dưng lại đâm vào Biệt thự xanh, sau khi được bổ nhiệm phó giám đốc, rồi bị chài thối. Mãi sau, nằm ngẫm lại, mới thấy mắc mưu đàn bà. Nó thay quần áo lụa trắng xuống rửa xe và cố tình để Hóa xả nước lên thân hình, cho tất thảy lộ ra như trưng bày tủ kính. Thế mà lúc ấy không nghĩ ra, chuồn sớm thì đâu đến nông nỗi này. Tổ chức biết sự vụ, chỉ là chuyện một sớm một chiều. Thôi, thế là xôi hỏng bỏng không.

Út Lan đã nói với má về chuyện bí hiểm chi đó, ở quê Hóa. Hình như gia đình giấu cô điều gì đó thì phải, bao nhiêu quà cáp chở ra, chỉ nhận được thái độ lạnh nhạt. Hóa thì lấy lí do, bận công việc tùm lum sau tiếp quản, không về cùng, nên chỉ có cô và tài xế đáo qua giấc ban trưa, rồi quầy quả vô Nam liền.

Khi thấy Hóa trắng tay, trên răng dưới dép râu, Út Lan tuyệt vọng, phá thai và liên hệ đi Mỹ. Hóa không thể theo cô. Ánh mắt Giôn, đêm đêm vẫn hiện về dưới đèn nê-ông và ngày ngày qua đèn tín hiệu giao thông dừng xe trên giao lộ. Hóa nghĩ, bây giờ, chỉ còn một con đường ra Bắc mà thôi.

Nghe nói, những chiếc máy bay và tàu biển xuyên sương mù, phải dùng la bàn. Còn chuyến ra Bắc của Hóa thì hoàn toàn vô định. Đến ga Vinh, Hóa tính xuống tàu hỏa, rồi đi tàu thủy xuôi sông La, ngược Ngàn Phố. Nhưng thấy những người nông dân khắc khổ vác cột nhà lên toa, chở đi bán kiếm tiền đong gạo, Hóa nghẹn ngào, tưởng đóng đinh xuống ghế. Con tàu lại lăn bánh theo hành trình. Qua Thanh Hóa, những người nông dân mặt nâu da bủng lũ lượt kéo nhau lên toa, chìa giấy giới thiệu ăn xin, do ủy ban nhân dân xã cấp, thay vé, rồi chèn bật cả nhân viên soát vé. Xuống ga Hàng Cỏ, bàn chân Hóa đã dợm bước lên xích-lô, toan đến nhà Liên. Ngần ngừ giây lát, Hóa lại xách ca-táp, đi bộ đến nhà anh bạn, thời sinh viên bên Tiệp.

- A, Hóa! - Tiếng kêu mừng rỡ, - nom như tài tử điện ảnh. Không, phải như tình báo thượng hạng mới đúng phoóc!

Nghe anh bạn tuôn xối xả những lời hay ý đẹp, như bắn hai mươi mốt phát đại bác chào mừng nguyên thủ quốc gia, Hóa vui mừng đến nỗi ngẩn tò te, rồi lập tức, giơ ngón tay lên miệng, nghiêm mặt, biến báo:

- Suỵt! Bí mật! Mình đang thi hành một nhiệm vụ quan trọng, - Hóa lừ mắt quan sát xung quanh.

Đến lượt anh bạn bất ngờ, ngẩn cả người, không biết xảy ra chuyện gì, tưởng đùa tí chơi cho vui, ai ngờ lại là sự thật sao?

- Vào nhà! Vào nhà mau! - Anh bạn hấp tấp, như thể sửa chữa lỗi lầm. - Chắc hẳn, ông biết tôi sắp quay sang Tiệp làm ăn, nên mò đến chứ gì? Nhưng ông định dụng tôi vào việc liên lạc, thu thập tin tức, hay công tác gì? Tôi đã được huấn luyện lớp tình báo nào đâu? - Anh bạn vô tình vẽ đường cho hươu chạy.

- Bao giờ đi? Cụ thể sang bển mần chi? - Hóa nói giọng Nam Bộ, dừa theo.

- Tháng sau. Đi làm ăn thôi. Còn nhiệm vụ thì...

- Chỉ cần ông cho tôi ké theo là ổn.

- Tưởng gì, thế thì được. Mà ông đã về thăm mẹ con Liên chưa? Tội nghiệp lắm, - anh bạn nhìn Hóa ái ngại.

- Thế thì khác gì chuyện lạy ông tôi ở bụi này. Đàn bà làm sao giữ bí mật. - Hóa tư lự, - ông đừng lộ chuyện tôi ra Hà Nội nhé. Có lẽ, tôi lên Hà Tuyên mấy hôm, thăm anh bạn đồng ngũ. Khi nào đến hẹn tôi trở lại đây, rồi ta cùng đi. Ông lo hộ thủ tục nhé. Này, ông cầm cái này, lo liệu. - Hóa tháo cái nhẫn đeo tay, đưa cho anh bạn và nói đãi buôi, - có gì, bổ sung sau, nhá!

- Tưởng bên bộ của ông lo thủ tục chứ?- Anh bạn ngây thơ hỏi lại.

- Thế thì còn gì gọi là... - Hóa lấp lửng.

- Lên đó, chắc ông lại đi điều tra cơ sở của bọn tình báo Hoa Nam, cài lại sau cuộc chiến biên giới chứ gì? Bọn này ghê gớm lắm, - anh bạn gật gù, đầy vẻ tâm đắc, như bước vào mê lộ của câu chuyện trinh thám. -

Được, tôi sẽ làm tròn nhiệm vụ tổ chức giao, với nỗ lực cao nhất.

Hóa tròn xoe mắt nhìn anh bạn, nghĩ bụng, nếu cứ tiếp tục, thì câu chuyện không biết sẽ đi đến đâu. Thảo nào, người ta bảo, truyện trinh thám dễ viết, nên xếp vào văn chương loại hai. Số mình, quý nhân phù trợ, đi đâu cũng thông đồng bén giọt, cứ như trời giúp vậy. Đi Tiệp một chuyến, có khi lại đâm hay. Nghe nói, phe xã hội chủ nghĩa sụp đổ, làm ăn dễ hơn, đi lại tiện lợi; nếu có thể, không chỉ ở Tiệp, mà mở rộng ra cả châu Âu. Trước mắt, cứ ậm ờ bám lấy thằng cha nãy đã, rồi nước ngập tới đâu, vén váy tới đó. Thằng cha này có máu mê tình báo, thám tử một dạng hoang tưởng, kiểu tâm thần phân liệt, thế mà lại hay, mình chỉ việc té nước theo mưa. Trong công tác tình báo, có sử dụng người điên không nhỉ?

2.

Hừng đông, trời tạnh mưa, Quang trở về nhà, thấy cửa giả toang hoang. Trong buồng, Làn quay mặt vào vách.

- Đậu chứ? - Quang khẽ hỏi.

- Đậu đậu cái con khỉ! Lão không phải là người, mà là gỗ đá, - Làn vùng vằng ngồi dậy, búi lại mớ tóc dài, vẻ mặt dở khóc dở cười.

- Thế, anh ấy đâu? - Quang bồn chồn hỏi.

- Đi rồi!- Làn thờ ơ trả lời, vẻ bất cần.

- Ấy chết! - Quang kêu lên như hụt hơi, chạy bổ ra bến xe ô-tô.

Đúng thật, Tuyên đang ngồi tư lự, hút thuốc lá bên cửa sổ xe khách. Chiếc xe nổ máy, chuẩn bị rời bến. Quang vỗ bồm bộp vào thành xe, kêu váng lên:

- Anh Tuyên! Xuống, em nhờ tý.

Tay lái xe thò cổ ra, có ý hỏi, Quang nhanh trí, nhét vào tay hắn bao thuốc lá, kiếm cớ hoãn binh.

- Xuống, xuống cái gì? Chúng mày đáng ăn tát cả lũ, - Tuyên vẫn bực.

- Chết nỗi! Bác đừng giận mới được, làm ăn đang ngon trớn. Em vừa lo xong thủ tục rồi, phải có chữ ký của bác, - Quang nã liên thanh, bắn thẳng vào đội hình đang rút chạy, khiến Tuyên phải đổi hướng.

- Thế hả? - Tuyên cũng như quên chuyện buồn bực, vồ lấy miếng mồi, mà Quang vừa tung ra.

- Đưa xem... - Tuyên thò tay qua cửa.

- Em để ở nhà. - Đoạn, ngoái sang tay lái xe, - ông cho anh tôi xuống có công chuyện, khỏi phải hoàn tiền vé.

- Thế thì xuống nhanh nhá, kẻo nó phạt bây giờ, - tay lái xe hiểu ý, hùa theo.

Làn lấm lét nhìn Tuyên, rồi quay mặt đi, tủm tỉm cười.

- Thôi, bác xá tội cho vợ chồng chúng em, - Quang chủ động làm lành.

- Tôi thương cô chú thật lòng, coi như em vậy, khác chi giọt máu trên, giọt máu dưới. Không ai có thể muối mặt làm thế được, - Tuyên vẫn còn bực bội.

- Chả bù cho đám đàn ông, cứ như mèo thấy mỡ, may mà em... - Làn bỏ lửng câu nói, vừa có ý khen Tuyên cao đạo, lại vừa có ý khoe mình trung trinh.

- Thôi, cho qua. - Tuyên chuyển hướng câu chuyện, - cái hồi tao được cử ra Bắc học, cứ tưởng nghiên cứu sử dụng vũ khí mới, ai dè lại học chính trị. Các bố tính chuyện tiếp quản thành phố sau Mậu Thân. Ai dè, năm ấy thua đau quá. Không phải cứ có ý tưởng tốt mà thành cả đâu.

Nghe vậy, Làn đỏ mặt, nghĩ sang chuyện bẽ bàng đêm qua, bèn bẽn lẽn đứng dậy. Quang thì không để tâm:

- Ơ, thế mà em không biết, thấy bảo đi đánh nhau là đi đánh nhau thôi.

- Bí mật quốc gia, - Tuyên làm ra vẻ quan trọng. - Học chính trị, xác định cách mạng miền Nam là một bộ phận của cách mạng cả nước và cũng là của phe chủ nghĩa xã hội. Giải phóng xong là tiến lên chủ nghĩa xã hội, không kinh qua gia đoạn tư bản chủ nghĩa, làm tiền đồn phe ta ở Đông Nam Á.

- Nhưng mà em thấy, cái anh tư bản Sài Gòn, còn hay hơn Hà Nội là cái chắc, - Quang phụ họa theo.

- Thì thế! - Tuyên vẫn thao thao mạch lý luận chính trị đang hồi sinh trong lòng, - xã hội chủ nghĩa chỉ có hai thành phần kinh tế cơ bản là nhà nước và tập thể. Bây giờ, sụp đổ cả hệ thống rồi, nên mới vơ váo các thành phần tư nhân, tư bản này nọ cho nó xôm trò, cứu vãn tình thế.

- Tức là tạm thời hưu chiến thôi à? - Quang tò mò nhìn Tuyên.

- Chứ sao? Các cụ sẽ nuôi béo, rồi ngả thịt. Công tư hợp doanh, a-lê hấp! Cải tạo tư bản tư doanh, thế là xong phim!

- Thế thì mình mở công ty làm gì, rồi lại bị hô câu thần chú "khắc nhập" có ngày.

- Đúng như là chuyện *Cây tre trăm đốt* đấy, khắc xuất, khắc nhập liên miên. Nhưng cứ làm ăn cái đã, đến lúc "khắc nhập" cũng còn lâu. Ta cứ đổi ra vàng, tích trữ. Mà chưa chắc, thời cuộc thay đổi, bố ai biết đâu mà lường. Nhưng mà, thím Làn phải đi học kế toán.

- Em già rồi! - Làn từ trong buồng, nói vọng ra, đầy ngụ ý.

- Học cái trung cấp của tỉnh, chả mấy. Mở công ty, lập doanh nghiệp phải có kế toán. Thím là tay hòm chìa khóa. Còn chú, phải lo nốt thủ tục giấy tờ, - Tuyên phán như đinh đóng cột, tỏ ra là người chí thú làm ăn, quán xuyến cắt đặt công việc.

3.

Hà Tuyên à? Hóa chỉ biết Quang ở Tuyên Quang, chứ việc sáp nhập các tỉnh nhỏ lại thành tỉnh to, để tiến lên sản xuất lớn xã hội chủ nghĩa, thì Hóa lại mù mờ. Cả một dải miền Trung thành vài, ba tỉnh, nghe mà oải. Mấy bố ngựa non háu đá, định vượt mặt bọn Pháp về phân định địa giới hành chính ư? Cuối cùng, có lẽ, tỉnh nào về tỉnh ấy thôi, rách việc.

Lên đến thị xã Tuyên Quang, trăm rưởi cây số, nếu lên thị xã Hà Giang còn ngần ấy nữa. Khiếp quá, địa hình miền núi hiểm trở, giao thông và liên lạc khó khăn, lạc hậu, thế mà dám sáp nhập hai tỉnh làm một, như kiểu kê hai giường cá nhân thành giường đôi. Đó là lối nghĩ thiển cận, đơn giản hóa mọi vấn đề của anh tiểu nông.

Quanh quẩn thế nào mà cuối cùng, ba anh em lại sum họp ở xứ Tuyên. Đúng là quả đất tròn. Chỉ có điều, lần này là tự kiếm sống, chứ không phải theo lời đảng gọi, đi giải phóng đồng bào miền Nam, thoát khỏi chế độ Mỹ- Ngụy.

Ba người đàn ông này, một ông chồng hiền lành, hai là ông thầy tu chứ không phải người đời, còn người thứ ba, mới đến, nom khác thường. Thoạt trông, không ai nghĩ là người đã viết đơn bằng máu xin đi bộ đội, từng cầm súng bắn nhau với Mỹ, mà ngỡ là trí thức. Đấy, cái ca-táp đen, sạch sẽ, mái tóc dài trùm tai và gáy, nói năng nhỏ nhẹ, thể hiện là kẻ có học. Bàn tay trắng, ngón thon dài, móng sạch và áo sơ-mi luôn bỏ trong quần, nói lên sự chỉn chu. Nhưng đôi môi mỏng, mắt sắc, mày rậm, làm cho Làn e dè, ngại gần. Anh ta không bộc trực như Tuyên, cũng không thật thà như Quang. Thế mà họ sống, chiến đấu với nhau được bao nhiêu năm trời, kể cũng lạ. Nhưng tại sao mình lại chú ý đến anh ta nhỉ? Anh ta bảo, sẽ đi Tiệp chuyến nữa. Thì ra, anh ta đã từng đi học nước ngoài, rồi làm phó giám đốc trung tâm kỹ thuật trong Sài Gòn, nhưng vì dính đến thành phần cô vợ hờ, mà tiêu tan sự nghiệp, thì kể cũng đáng thương. Nhưng lấy được gái Sài Thành, thì cũng không phải tay vừa.

- Này, các ông định lập doanh nghiệp gì? - Hóa sốt ruột hỏi.

- Khai thác cát, sỏi. Địa phương sắp tách tỉnh, sẽ bước vào thời kỳ xây dựng mới, đâu cũng cần, - Quang mau mắn trả lời.

- Cát, sỏi thôi à? - Hóa ra chiều đắn đo, tỏ vẻ không mặn mà.

- Cát, sỏi sông Lô có tiếng về chất lượng. Bọn Pháp, thời xưa, khai thác cát, sỏi sông Lô, chở về xây Hà Nội đấy, - Tuyên hào hứng, không để ý thái độ khủng khỉnh của Hóa.

- Thế, theo bác Hóa, thì làm gì phất lên ở thời buổi này? - Làn hỏi câu thăm dò.

- Tôi lạ nước, lạ cái. Mới lại, chỉ ghé qua thôi. Con gái xứ này đẹp! - Hóa nghiêng đầu nhìn Làn, mớ tóc rủ xuống trán, nom rất nghệ sĩ, làm cho Làn xao động trong lòng. - Cứ như Sài Gòn là có thể tận dụng nguồn lực kinh doanh dịch vụ ăn uống, khách sạn.

- Cái thằng, chỉ lo ăn với ngủ. Người ta làm mửa mật ra, - Tuyên nghe ngứa tai, mắng át đi.

- Hái ra tiền đấy, ông ạ! - Hóa cự lại.

- Cũng có lý, hàng ăn lãi phân nửa... - Làn ủng hộ Hóa, nhưng lẩm bẩm như nói một mình.

- Hay là, cánh ta mở hai công ty, một là cát, sỏi thì tôi với bác Tuyên, còn một ăn uống, ngủ nghỉ thì Hóa với Làn, - Quang đề xuất vô tư.

Nghe vậy, cả bọn cười ầm lên. Tự dưng, Hóa và Làn bắt gặp cái nhìn của nhau.

- Mày sang Tiệp, làm chi nhánh cho công ty. Cánh ta xuất khẩu cát, sỏi sang đó, - Tuyên đùa.

- Đúng là tư tưởng sản xuất lớn, cái gì cũng toan vươn ra thế giới; trong khi, không biết người ta có cần không. Không khéo, dại mặt, - Hóa khơi khơi như dạy trẻ con.

Làn giật mình, liếc trộm Tuyên, rồi lủi vào buồng.

Hóa đi ngó nghiêng, thăm thú thành cổ Tuyên Quang, chẳng biết triều nào xây, dân cứ gọi là thành nhà Mạc. Nghe nói, sử sách cũng ghi rõ cả năm xây thành, nhưng không ghi rõ là của ai, thế mà cũng đòi chép sử. Hóa bảo, cái thành này, tỉnh phải giữ mà làm du lịch. Quang bảo, dân đang nhảy dù vào chiếm đất, phá thành xây nhà. Ăn còn chẳng đủ, ai nghĩ đến chuyện đi chơi du lịch. Hóa thở dài bảo, châu Âu phất lên cũng nhờ anh du lịch một phần. Tuyên bảo, châu Âu khác nước Việt, nước Việt khác xứ Tuyên, ở bầu thì tròn, ở ống thì dài. Làn thấy Hóa nói phải, có tầm nhìn xa, nhưng không dám bênh.

- Mày định sang đấy học nốt, hay đi làm? - Tuyên sốt ruột hỏi.

- Cũng chưa biết thế nào, có khi học, có khi làm, có khi vừa học vừa làm.

- Mày nói nước đôi, nước ba như thế, bố ai biết được, mông lung lắm. Nghe nói, trường vốn mới tính chuyện buôn đông bán tây, - Quang cũng góp thêm chuyện, như kiểu nêm gia vị cho bát phở đi Tây của Hóa thêm dậy mùi. - Liệu có vàng tích trữ không?

- Có thì nhét lỗ đít, giắt cạp quần đùi, bố ai để lộ ra. Có vàng mà chẳng hay phô... - Hóa tưng tửng nói, như trêu ngươi.

Tuyên và Quang đưa mắt nhìn nhau, thì ra, nó biết cả. Làn đang rót nước, đánh rơi cái tích sứ vào khay chén thủy tinh, làm vỡ tan tành, nước nóng bắn tung tóe. Cô sợ hãi, đưa mắt nhìn ba gã cựu binh.

Tháng sau, đúng hẹn, Hóa về Hà Nội để đi Tiệp cùng với anh bạn điên. Làn ốm nghén. Quang hỏi: "Hóa à?". Làn ọe khan một tiếng, ôm cổ chạy xuống bếp. Tuyên bảo, tao đã lưu ý mày, cảnh giác với thằng trí thức lưu manh. Không ngờ, Quang lại dở giọng cù nhầy bảo, cá vào ao ta là của ta, lọt sàng xuống nia, đồng đội với nhau đi đâu mà thiệt, nhờ bác thì lại cành cao. Tuyên chua chát nói, tao không hiểu chúng mày ra làm sao nữa, lối sống cứ như Tây cả lũ.

Chương mười sáu

1.

Khi thành phố lên đèn, Hóa lặng lẽ đến nhà anh bạn. Chợt Hóa giật nảy mình, thấy một người đàn ông đội mũ phớt, đeo kính râm, mặc com-plê đen, nom như thám tử, lù lù đứng cạnh cột đèn. Thấy Hóa, người đó lập tức rút trong túi ngực ra một cái khăn trắng, vung lên đầu, quay một vòng. Từ phía dãy nhà số lẻ, một cô gái cun cút sang đường. Thám tử ngoắc tay ra hiệu cho Hóa và cô gái vào nhà. Hóa suýt kêu lên, vì thám tử chính là anh bạn. Nhưng anh ta lừ mắt, khiến Hóa im bặt. Trước mặt Hóa là một cô gái, nom có nét thân thuộc, làm cho Hóa bồi hồi. Cô gái cũng có vẻ xúc động. Thám tử hắng giọng, khiến cô gái giật nảy mình, vội mở túi xách, lấy ra một cái hộp nhỏ, có thắt nơ, rưng rưng trao cho Hóa, rồi quầy quả ra về, tưởng chừng, nếu cô cất tiếng, thì sẽ òa khóc. Hóa trở thành một cái máy thụ động và như bị thôi miên, nhìn hút theo. Bên kia đường, có người đàn bà dựng xe đạp chờ sẵn từ lúc nào. Cả hai, hấp tấp lai nhau, lao vào phố vắng.

Hóa chết lặng dưới chân cột đèn. Ngọn đèn đường đỏ quạch màu bã trầu. Những con thiêu thân bay túi bụi trong quầng sáng ấy.

*

Liên ngồi tựa vào con, thì thào hỏi:

- Con có nhận ra bố không?

- Con nhận ra ngay, vẫn chẳng khác mấy, so với tấm ảnh chụp chung với mẹ, bên Tiệp. Chỉ có điều là già dặn hơn, chứ không bụ sữa nữa. - Thủy Chung vừa đạp xe, vừa nói.

- Chiến tranh gian khổ ác liệt, còn sống là may mắn lắm rồi. Liệu, bố có nhận ra con không? - Liên nói điều cảm thông với Hóa và nóng ruột hỏi về thần tượng của mình.

- Hình như, có ngờ ngợ thì phải... - Thủy Chung đắn đo, guồng đạp như chậm lại.

- Thì bố con đã gặp nhau bao giờ đâu, - Liên thanh minh cho Hóa. - Thế mà suýt nữa, mẹ nghi oan cho bố con, - Liên có vẻ ân hận, sụt sịt.

- Thôi mà mẹ, lại khóc rồi. - Thủy Chung động viên mẹ, - mẹ phải vui lên mới phải chứ?

- Ừ, mẹ luôn là hậu phương vững chắc của bố con, cả khi bố con tình nguyện đi giải phóng miền Nam, cũng như bây giờ, đi hoạt động tình báo ở nước ngoài, - Liên như nhập đồng, ký ức hiện về.

- Con cũng tự hào. Nhưng bác ấy bảo, phải kín đáo, giữ bí mật, - Thủy Chung đanh giọng, như truyền đạt mệnh lệnh cho mẹ. - À, hay là, con cũng tốt nghiệp đại học rồi, mẹ con mình sang bên ấy kiếm việc làm. Mẹ sẵn mối quan hệ năm xưa, lại có cơ hội gần bố con, - Thủy Chung phanh xe lại, Liên cũng rà chân bước xuống mặt đường nhựa.

- Thôi con ạ! Mẹ sợ, chúng lần theo địa chỉ mẹ con mình, phát hiện ra bố thì nguy hiểm lắm, - Liên khuyên con, vẻ từng trải như người có nghề thám tử vậy.

Hai mẹ con lặng lẽ dắt xe bước trên phố vắng. Lá xà cừ xào xạc dưới chân. Những ngọn đèn thấp thoáng trong tán lá, như những con mắt dõi theo. Hai mẹ con sợ hãi cái nhìn vô hình từ đâu đó, tự dưng đi sát vào nhau.

*

Anh bạn thám tử chiềng cái nhẫn ra trước mặt Hóa, giọng bí ẩn:

- Có phải quy ước liên lạc đây không? - Anh ta chỉ vào cặp số "2.2" in chìm trong lòng cái nhẫn và trách nhẹ, - Ông sơ suất quá, dễ hỏng chuyện lớn.

- Thế, ông chưa bán để lấy tiền lo cho chuyến đi à? - Hóa vừa buồn cười, lại vừa ngạc nhiên, hỏi lại.

- Tôi vẫn còn vốn, tuy không nhiều, nhưng cũng có thể giúp tổ chức được chuyện này, - anh ta tỏ ra hào hiệp và bí ẩn. - Thôi, nghỉ sớm, mai xuất phát, - và anh ta ra lệnh, như một toán trưởng thực thụ.

- Này, cô gái ban nãy và món quà này là thế nào? - Hóa sốt ruột, giơ cái hộp có thắt nơ lên hỏi.

- Cũng là người của tổ chức cả. Mỗi người một nhiệm vụ. Tôi không được phép tiết lộ tung tích của bất kỳ ai.

Nghe vậy, Hóa đờ cả người, tưởng mình đã lọt vào một tổ chức tình báo, hoặc ma-phi-a nào đó.

Hóa hấp tấp mở hộp. Một cái gói bằng khăn mu-xoa hồng, đậm mùi nước hoa, bọc cái đồng hồ Sla-va, bày ra. Ký ức ào ạt hiện về. Liên thường dùng khăn mu-xoa hồng, tẩm nước hoa. Cái đồng hồ thời sinh viên, hai đứa tiết kiệm tiền tiêu vặt, mua chung, nhưng chủ yếu là Hóa đeo, mãi khi về nước thì mới trao lại cho Liên.

Chẳng lẽ, người đàn bà dắt xe đạp ban nãy là Liên? Đúng dáng Liên. Còn cô gái đó là con mình ư? Trong thư, Liên có nói đến con gái Thủy Chung... Tính ra, đến nay, nó cũng hăm mấy tuổi rồi. Thảo nào, mình cảm thấy có nét thân thuộc. Tự dưng, nước mắt Hóa ứa ra. Năm xưa, chia tay với Liên, Hóa không hề rơi nước mắt. Năm rồi, chia tay Út Lan, Hóa cũng không cảm thấy động lòng. Bây giờ, gặp Liên và con, Hóa mới khóc. Chỉ cái gì máu thịt, khi mất mát, mới khiến người ta đứt ruột mà thôi.

Tại sao mẹ con Liên lại biết mình ở đây và trao món quà này? Chỉ có tay thám tử này, chứ ai vào đây nữa? Hóa thở hắt ra, bẽ bàng. Hay là, mình đến thú tội với mẹ con Liên. Nhưng tự lật tẩy mình, khó khăn gấp bội khi lột mặt nạ kẻ khác.

Bước chân vô định đưa Hóa đến cửa nhà Liên lúc nào không hay. Nơi này, trước khi vào Nam chiến đấu, Hóa đã đến chào từ biệt bố mẹ và các em Liên. Cả nhà đón tiếp chàng rể tương lai như một người hùng. Thấm thoát thế mà đã mấy chục năm rồi. Hóa giơ tay bấm chuông. Đèn trong nhà bật sáng tức khắc, y như thể chuông và đèn cùng chung công tắc vậy, hay là Liên có ý chờ? Nhưng ngay lập tức, một bàn tay kéo giật Hóa trở lại, lôi thốc lên lên xe Simson và phóng như bay.

2.

Hóa bị cảnh sát Pra-ha gọi lên làm việc về chuyện một cái công-te-nơ nào đó.

Trời ơi, cả một công-te-nơ máy tính loại “Xê-cần-hen” (secondhand), chuẩn bị đánh về, thế là đi tong! - Hóa buốt ruột, kêu lên

Viên cảnh sát yêu cầu Hóa khai báo rõ, món hàng trong công-te-nơ đã chuyển giao mấy lần. Hóa thực tình khai báo. Viên cảnh sát ngớ ra, hỏi đi hỏi lại, rồi yêu cầu Hóa cam đoan lời khai. Sau đó, cho Hóa vào buồng cách ly, có lẽ, để có thời gian xác minh, rồi lại thẩm vấn.

Cuối cùng, vỡ lẽ ra, mật vụ tóm được anh bạn thám tử đang giấu bên cửa nhà thờ Týn, một hộp công-te-nơ bé tí xíu, như hộp diêm. Trong đó, có bản báo cáo tình hình công tác, gửi cho Hóa, để chuyển về Hà Nội.

Thằng cha này điên thật, hắn báo cáo về dân số, diện tích, đường xá giao thông... của thủ đô Pra-ha. Cái này, in đầy trên sách báo, chẳng có gì bí mật. Chính bọn mật vụ cũng cảm thấy vụ án không bình thường. Nhưng vì liên quan đến Hóa, nên mới điệu đến để tra hỏi cho tỏ tường mà thôi. Hóa cũng trình bày, kỳ thực chỉ quan hệ làm ăn, không ngờ lại tai họa đến nước này. Thật là cười ra nước mắt.

Từ đồn cảnh sát về, Hóa tê tái nghĩ đến Liên. Năm xưa, hai đứa đi trong tuyết trắng mà cảm thấy ấm áp lạ thường. Hóa cứ nhìn cái miệng nhỏ xinh, mỗi lời nói bay theo một làn khói trắng, mà tưởng tượng ra chuyến xe lửa chạy tuyến Hà Nội- Vinh, chở đám cưới cuốn theo đầy mây trắng. Bây giờ, thân cò lặn lội, tai bay vạ gió. Chơi với kẻ điên, mình cũng thành điên.

Nhập bọn làm ăn với dân tự do, từ Việt Nam sang, Hóa trở nên lanh lợi. Qua họ, Hóa mới biết, người Việt tỏa khắp thế giới, nhất là sau ngày giải phóng miền Nam. Họ ra đi, phần sợ khủng bố, truy bức, phân biệt đối xử, lại cũng có phần vì đói kém và một phần không ít, đi tìm tự do... Thế thì giải phóng dân tộc, thống nhất đất nước mà làm cái gì nhỉ? Hóa không trả lời được. À quên, có một phần, ra đi để hoạt động tình báo nữa... "A ha, ha!", Hóa ngửa cổ cười vang trong tuyết trắng, khiến nhưng người khách bộ hành trên phố ngoái nhìn. Ồ, không thể, ý nghĩ như con đỉa bám chặt trong đầu Hóa. Cái đám doanh nghiệp xứ Tuyên, còn gợi ý mình làm đại diện xuất khẩu cát, sỏi sông Lô nữa! Thú vị thật. Cuộc sống muôn năm. "A ha, ha!", Hóa lại cười như một thằng điên. Thằng điên này đang ngửa cổ phun khói trắng lên bầu trời châu Âu.

Sao mà dân mình phải lam lũ thế nhỉ? Thời chiến tranh, chết chóc bất đắc kỳ tử. Đất nước hòa bình lại phải lại phải bươn chải tứ xứ kiếm tìm thức ăn cho dạ dày và bầu không khí tự do để thở. Hóa không còn là quân nhân, không phải nhân viên tình báo (cười), không phải nhà chính trị, nhưng sao hay nghĩ về chính trị? Bởi, không chỉ riêng Hóa, mà cả bọn làm ăn tự do xứ người đều biết rằng, sự khổ ải của dân chúng, là do nền chính trị mù quáng gây ra. Làm sao mà cả thế giới từ bỏ chủ nghĩa Mác, Lê-nin rồi, cả thành trì của nó và phe xã hội chủ nghĩa đã sụp đổ rồi, thế mà một nhóm người bảo thủ cầm quyền vẫn cố sống, cố chết bám chằng lằng lấy cái thây ma ấy để hưởng lợi cá nhân, nấp dưới khẩu hiệu mĩ miều: chế độ tiên tiến của dân, do dân, vì dân! Ai hưởng lợi từ cuộc đầu cơ chính trị này? Mình không phải nhà cách mạng, nhưng nếu một nhà cách mạng nào đó phất cờ, thì sẵn sàng đi theo, làm lại cuộc cách mạng. Thành quả cách mạng là thu hút tất cả Việt kiều và người làm ăn tự do ở nước ngoài, trở về xây dựng và hưởng lợi từ đất nước. Đến lúc nào thì người Việt Nam không phải tha phương cầu thực và tha phương cầu tự do, dân chủ khắp thế giới nữa?

A hà, hà! Khi cùng quẫn, người ta thường nghĩ về một cuộc cách mạng nào đó chăng? Hóa không ngửa cổ lên trời để cười nữa, mà ngồi trên ghế đá, bên dòng sông đóng băng, cúi đầu suy nghĩ. Hơi lạnh, làm bộ quần áo của Hóa cứng như bộ áo giáp. Hóa sẽ mang bộ giáp này xông pha chiến trận. Nhưng cái xứ lạnh này chẳng cần cuộc cách mạng của Hóa. Ngược lại, Hóa cần nó để kiếm ăn và trốn tránh. Hóa không thể về quê miền Trung, sợ gia đình trách móc; cũng không thể về Hà Nội, sợ gặp Liên và con gái; và cũng không thể sang Mỹ, vì sợ ánh mắt Giôn; còn về xứ Tuyên, thì... Nếu bây giờ, có ngọn giáo trong tay, mình sẽ trở thành Đông-ki-sốt...

Chương mười bảy

1.

Một lá thư của "Bạn gái phương xa", gửi từ Praha, đến thị xã Tuyên Quang; người nhận ghi là: "cô Làn (Quán phở con bà Múi)".

Quang phân vân, hay là của họ hàng bà Múi ở Bằng Tường, nhưng dấu nhật ấn đóng bên nước Cộng hòa Séc cơ mà. Bên ấy, chỉ có thằng Hóa, nhưng sao lại đề người gửi là bạn gái? Mười phần nghi hoặc, Quang định bóc xem ngô, khoai ra sao, nhưng Tuyên gàn, bảo chờ Làn về hẵng hay.

Nhìn thư, Làn biết ngay là của người ta rồi, Vậy, có nên bóc xem chung như thư bộ đội, để đánh tan mọi ngờ vực, hay xem riêng đã, ngộ nhỡ có điều gì... Hình như có ảnh thì phải? Làn nhanh trí, bảo đi lấy cái kéo, nhưng kỳ thực, vào chỗ kín đáo, cắt phong bì, đổ cái ảnh vào coóc-xê, rồi cầm thư ra, nhờ Tuyên đọc hộ. Tuyên lại dửa cho Quang. Té ra là của tay Hóa thật. Nó nhân danh đại diện công ty Cát- Sỏi Sông Lô, tại Cộng hòa Séc, bảo gửi hàng sang gấp. Bố khỉ, còn lỡm các ông. Nhưng đoạn này thì nó bàn nghiêm túc, về chuyện mở công ty cung cấp máy tính văn phòng. Nó sẽ đóng hàng gửi về. Thế là hai gã đàn ông rối tinh cả lên. Nhân cơ hội, Làn đi xem ảnh cái đã.

Ảnh đựng trong bao nhỏ, vỏ bao lại là một lá thư, chữ lít nhít như con kiến, làm gì mà cứ như hoạt động gián điệp. Anh chàng này liều thật, nhỡ mà người khác biết được thì khác gì lạy ông tôi ở bụi này, ăn vụng mà chẳng biết chùi mép, lại còn phô phang nữa chứ, liều quá đi mất.

Tấm ảnh, ối giời, Làn đỏ bừng cả mặt, tưởng như rôm đốt khắp người. Ngó quanh, không có ai, vọng vào buồng, chỉ có tiếng hai gã đàn ông đang bàn đại sự công ty, Làn mới ngắm kỹ càng. Tấm ảnh Làn khỏa thân, do chính tay Hóa chụp, bên đát nước Nông Tiến. Máy thì Làn mượn hiệu ảnh thị xã. Công phu thật, mang phim ra tận nước ngoài rửa ảnh, rồi gửi về. Thế này, nhỡ có ai bóc trộm thì dơ mặt. Làn xem lại lần nữa, cảnh cô đang làm duyên ngửa cổ xõa tóc, hai tay buông lơi làm động tác búi tóc. Bầu vú vổng lên, eo thon, túm lông nhung, cặp đùi lẳn... tất cả ngời lên trong ánh hoàng hôn. Thác nước đổ trắng sau lưng. Ảnh đen trắng, nhưng cô cảm thấy như bụi hồng rắc viền trên ánh sáng ven, quanh mái tóc, núm vú và hông, đùi... Cây quế giữa rừng cũng may mà có tài tử giai nhân biết đến, chứ đâu đến nỗi phí của giời.

Căng mắt ra mới đọc được thư, nào là nhớ, nào là mơ, rồi chỉ hỏi có kết quả không? À, thì ra chàng không đến nỗi bỏ của chạy lấy người, mà vẫn thể hiện quan tâm, và lại có trách nhiệm với cuộc tình. Điều đó, khiến Làn bâng khuâng nhớ mối tình vụng trộm đầy lý thú, ngỡ như mối tình đầu. Thực ra, với Quang, chỉ có chuyện chăn gối đơn thuần, một thứ tình yêu thuần khiết mộc mạc như cơm gạo. Quang không biết nói lời mật ngọt, mà chỉ nói điều thẳng ngay, không biết sờ mà chỉ bóp, không biết vuốt mà chỉ vỗ, quanh năm suốt tháng chỉ có một tư thế nguyên thủy của loài người, chứ không biết ba mươi sáu kiểu thú vật bậc cao như Hóa.

Người ta bảo, đàn bà lòng hay nhớ ai, thì đẻ con giống người ấy. Có lẽ, do vậy mà thằng cu rất giống

Hóa. Đôi môi nó không dày mà mỏng, tóc không rễ tre mà tơ xoăn. Nhưng ai đến thăm cũng bảo giống Quang như đúc. Làn biết, bọn họ xã giao vậy thôi, chứ sau lưng là dè bỉu ngay. Kệ cụ chúng mày, bà có đứa chống gậy chắc cái đã, con trí thức đấy, chứ tưởng thường à? Lại đi Tây, nhá!

*

- Mở đại lý, hay là công ty máy tính thì phải thuê chuyên gia? - Quang lo lắng hỏi Tuyên, - cánh mình có biết cóc khô gì đâu?

- Máy tính gọi là vi tính, khác gì cái anh vô tuyến truyền hình gọi là ti-vi, hả? Ta cứ làm phứa đi, thế nào chả có bản hướng dẫn kèm theo, - Tuyên nói liều.

- Thế, bỏ Cát- Sỏi à? - Làn vẫn còn lâng lâng trong lòng, ỡm ờ hỏi.

- Bỏ là bỏ thế nào? Đang có đà, mà của nhà làm ra, không sợ hết. Cát, sỏi sông Lô, mà có ế cũng chẳng mục bao giờ, cứ để, bắt cá hai tay. Thím Làn nhá!

- Em ứ... - Làn giật nảy mình, tưởng Tuyên ngụ ý gì, ra bộ ngúng nguẩy chống chế.

- Thím phải đứng tên thêm công ty này nữa. Máy tính là cái anh chân nâng, lúc này nó gửi, lúc khác nó bảo chờ, mình phải ngóng theo, như bèo trôi theo nước vậy... - Tuyên tưởng Làn chưa hiểu, lại giải thích con cà con kê.

Từ lúc nhận thư, nhìn điệu bộ vui sướng ra mặt của Làn, Quang đoán, chắc có thư riêng, chửi thầm, mẹ nó chứ, xơi cả của bạn. Lão Tuyên này thế mà đần, mời không đắt cho. Dốt quá, có khi dốt hơn cả mình, Quang đắng lòng.

- Chú Quang làm sao mà cứ lờ đờ như chuột phải khói thế? Quyết một tiếng xem nào? - Tuyên giục, muốn dứt điểm luôn.

- Em làm kế toán bên Cát- Sỏi thôi, - Làn xen ngang, nhưng kỳ thực, trong lòng nghĩ đến Hóa. Hẳn anh ta muốn giành cho mình đây, nhưng cứ lên nước một tẹo, xem sao.

- Hay thôi... - Quang ngãng ra.

- Thôi là thôi thế nào? - Tuyên nổi nóng.

- Hay mời bác Mai lên, rồi nhập khẩu. Em lo chuyện này được. Lúc đấy, bác đứng tên là ổn, - Làn dứ cần câu.

- Cô ấy mà tháo vát được một phần mười của thím, thì chẳng phải bàn. Người nhà quê, chỉ biết hai nhân hai là bốn. Thời buổi này, thật thà thì cám cũng chẳng có mà ăn. - Tuyên ca cẩm.

- Nói thế, khác nào bác bảo em điêu, - Làn ra bộ tự ái.

- Cái thím này rõ hay, đang chuyện nọ xọ chuyện kia. Hôm nay, làm sao ấy nhỉ? - Tuyên đưa mắt ngó Quang, rồi sang Làn.

- Thôi được, bác đã nói thế thì em cáng đáng, - Làn làm bộ xuống thang, mà hởi lòng hởi dạ.

2.

Thằng cu Quang-Con, hàng phố gọi thế, ba tuổi rồi mà không biết nói, không biết cười.

Một hôm, có xe cổ động cắm cờ đỏ sao vàng, bắc loa điện gọi oang oang, tuyên truyền về việc Di tích Thành cổ Xứ Tuyên, vừa được xếp hạng quốc gia. Bỗng nhiên, Quang-Con gọi to:

- Mẹ ơi, gọi xe cổ động lại đây, con bảo!

Làn kinh hãi, đứng không vững, vội ngồi thụp xuống. Ôi, chẳng lẽ, Thánh Gióng tái thế. Sợ mẹ nghe không thủng, Quang-Con lại giục. Làn ba chân bốn cẳng đuổi theo cái xe cổ động, nói rõ sự tình. Tay thông tin viên vội bảo lái xe quay lại. Quang-Con bèn phán:

- Ngươi về nói với ông tỉnh, chớ có treo biển hôm trước, phá thành hôm sau, mà có tội với dân, với nước!

Bọn chúng vội đánh xe lên báo cáo ông tỉnh.

Quang-Con làm vẻ vang cho gia đình và phố thị, Làn vui sướng nở tùng khúc ruột, nếu Hóa hay tin, chắc cũng tự hào, con nhà tông chẳng giống lông cũng giống cánh. Nghe đài, Làn biết, thành phố Pra-ha cũng được UNESCO công nhận là Di sản văn hóa thế giới, cùng thời gian với Thành cổ Tuyên Quang được công nhận Di tích quốc gia. Hai chuyện đó có liên quan gì? Làn không biết, nhưng chuyện Quang-Con tự dưng phát thánh mà giữ thành cổ, thì không phải vô tình. Không biết bên châu Âu, được công nhận di tích rồi, họ có ngầm phá phách để xây nhà, bắc cầu, làm đường như tỉnh ta không nhỉ? Cùng phe Xã hội chủ nghĩa, chắc cũng hỗn quân hỗn quan cả thôi. Nghe nói, bọn Tây đần độn, chứ không khôn ranh như dân ta. Bên ấy, luật là luật, chứ không thiên biến vạn hóa biến thành lệ như bên mình. Cười nhỉ, thế mà họ cũng sống được, tài thật. Nhiều người, trong đó có Hóa, sang khuân của về kìn kìn, thế mà họ cũng im thin thít, lạ kỳ. À, không, bên họ từ bỏ Xã hội chủ nghĩa rồi, chắc là giữ được Thành Vàng. Nghe Hóa nói, thành Pra-ha được gọi là Thành phố Vàng, lộng lẫy như trong chuyện cổ tích, bao giờ mình được du lịch sang xứ ấy nhỉ? Chàng đã hẹn rồi mà.

Nhân bảo như thần bảo, y như rằng, mấy năm sau, Thành cổ Tuyên Quang đã bị phá để xây cầu Nông Tiến, hào sâu bị lấp làm đường Bình Thuận. Tấm biển Di tích quốc gia tên tò treo ở góc tường thành, lâu ngày đã hoen gỉ. Nếu không để làm cảnh quay phim, chụp ảnh chắc hẳn cũng bị đập nốt, để thông cửa cho dãy nhà xây trộm trong thành.

*

Lại nói chuyện Quang-Con.

Quang-Con không phải là Thánh Gióng. Thánh Gióng đánh giặc xong thì bay về trời. Quang-Con nói xong lời sấm truyền thì tiếp đất. Làn kêu khóc ầm lên. Thương thay, Quang-Con lúc đó mới tròn ba tuổi.

Đám tang Quang-Con đông lắm, dân chúng đưa tiễn, kéo dài từ Cống Lấp đến Trung Môn. Tưởng như cái dây người ấy làm bằng cao su, một đầu buộc ở Cống Lấp, một đầu được xe tang kéo đi, dài ngoẵng đến tận Nghĩa trang Nhân dân. Quan tài quàn trong khu nghĩa địa dành cho trẻ em. Đó là nơi an giấc ngàn thu của những đứa trẻ xấu số, chết mà chưa được bầu cử lần nào. Những ngôi mộ không được xây cất, cắm bia, nên lâu ngày, nấm đất cùn mòn không phân biệt được ngôi mộ nào với ngôi mộ nào nữa.

Chương mười tám

1.

Sau buổi tập huấn, Tuyên và Quang đã có thể phân biệt được vi tính với ti-vi. Chúng vừa có phần giống, lại vừa khác nhau. Tuy cùng có màn hình, nhưng màn hình ti-vi là để xem chương trình phát đi từ đài truyền hình nào đó, nên cần có ăng-ten thu tín hiệu; còn màn hình vi tính là chỗ giao diện giữa người điều khiển với máy. Nghĩa là, qua màn hình, người ta có thể thấy máy đang thực hiện mệnh lệnh như thế nào. Nếu không có màn hình, thì chả biết vi tính đang làm gì. Y như kiểu vợ mặt lạnh không nói, tức là máy bị đơ. Những tình huống như vậy, phải tắt đi khởi động lại, hoặc gọi thợ. Nhớ là gọi thợ, chứ không được thượng cẳng chân, hạ cẳng tay như với cô vợ bướng bỉnh. Bên cạnh đó là cái ổ cứng, to bằng cái hòm, có kiểu đặt đứng, hoặc nằm. Đó là bộ não của máy tính. Hông ổ cứng có khe đút đĩa mềm, gọi là ổ A. Đĩa mềm có hình vuông, dẹt chứa văn bản nào đó mà ta đã thao tác. Nó chẳng khác nào cái bao tải đựng thóc, lúc thì đổ từ kho ổ cứng ra, lúc thì lại đổ vào kho ấy, thế thôi. Nhưng Tuyên lại thích cái vỏ hộp ổ đĩa mềm bằng nhựa trắng, có thể bỏ thuốc lá điếu mà không bị giập nát. Thật là một công đôi việc, hẳn là thằng cha chế tạo món này cũng nghiện thuốc lá...

Mấy lần Tuyên vào máy, gõ bàn phím như kiểu đánh máy chữ, màn hình loạn cả lên. Ổ cứng cũng không hiểu ông chủ này định làm trò gì, chết ngắc. Thế là phải gọi tay kỹ thuật chỉnh sửa, khởi động lại. Từ đó, Tuyên tự biết "trình" của mình đến đâu, chỉ tắt, mở làm mẫu cho khách hàng mà thôi. Quang chịu chết, tệp thì cứ đọc là "tạch", nên chỉ có nhìn, hoặc bỏ đi xem ti-vi. Làn sáng dạ. Cô làm kế toán, sử dụng được máy tính gẩy hạt, lẫn loại quay tay và thạo nghề máy chữ, nên nghe hướng dẫn là nhập tâm, thực hành được ngay. Vả lại, hàng người ta chuyển về là có ý gửi gắm, chứ đâu phải mớ rau... Cô kiêu ngầm về cái tổ chuồn chuồn của mình, chỉ mình mình biết, chỉ mình mình hay...

Nhìn gian hàng máy tính cũng vui mắt. Khách đi đường ngó qua cũng thấy nể trọng. Tuyên phải hướng dẫn cho Quang nhận biết các ký hiệu vẽ trên thùng các-tông, nào là chiều để đứng, nào là tránh va đập, rồi thì chống đè nặng và phòng mưa ẩm... Tất cả, chỉ có hình vẽ và mũi tên, chả cần chữ nghĩa gì, thế mà cả thế giới loài người đều có thể hiểu được, tài đến thế là cùng. Làn thì không cần chuyện đó, vì cô không phải dân bốc xếp như Quang. Tuy cùng một nhà, nhưng mỗi người mỗi việc, nên hai vợ chồng tự dưng cảm thấy xa nhau dần. Làn như công chức văn phòng, tác phong, tư cách, áo quần, cho đến cử chỉ, lời nói cũng có chiều thanh cảnh. Còn Quang trở thành cu-ly bốc vác, đầu tắt mặt tối, áo quần lôi thôi, tác phong luộm thuộm, ăn nói cục mịch, chém to kho mặn cũng xong. Đầu óc Làn để tận Pra-ha. Tai Quang thì chỉ dỏng lên nghe lệnh Tuyên, truyền bốc hàng, chở đi, nhớ phiếu bảo hành kèm theo đấy nhá. Cái anh vi tính cách rách, bảo hành với bảo tỏi, cứ như cái anh cát, sỏi là thoải mái, chẳng ai đòi bảo hành bao giờ. Hàng vi tính thì không thể ăn bớt, nhưng cát, sỏi thì phiên phiến, có khi ước lượng cũng xong. A lê á lế à lề... Quang huýt sáo miệng theo nhịp điệu bài hát bóng đá, rất vang và hay mê hồn. Đang mệt bã mồ hôi, nghe Quang huýt sáo là tỉnh hẳn, y như có ma lực. Thật ra, người có sức khỏe mới huýt sáo được và lại có tâm hồn sáng trong thì mới hay, chứ có phải ai cũng làm được đâu. Ai cũng huýt sáo vang thì loài người khác gì một đàn khướu. Trong đầu không vẩn đục, tiếng huýt sáo mới trong trẻo như suối ban mai, mà rót vào lòng người ta, giải khát tâm hồn. Quang hơn đời là ở cái tài huýt sáo. Ngày xưa, Làn nắc nỏm khen Quang thật thà, chất phác; nay thì dài mỏ ra chê cục mịch, đần độn. Chẳng qua là cô có mới nới cũ. Trò đời, muốn nới cũ, bao giờ cũng phải chê cái đã. Quang biết tỏng, nhưng không cần, đã bảo không cần là không cần.

Hằng ngày, Quang cặm cụi dùng cồn chín mươi độ, tẩm bông, lau vỏ máy tính và bàn phím. Thì ra, không phải nút chữ nào cũng được dùng như nhau, mà chủ yếu tập trung ở khu vực giữa bàn phím, còn xung quanh đóng bụi. Ngón tay con người kể cũng kỳ lạ, chỗ nào cũng rờ rẫm, chọc ngoáy được cả

2.

Sau hội nghị Thành Đô, nhà cầm quyền Việt Nam cúi đầu, xin được bình thường hóa quan hệ với Trung Quốc. Kể ra, sau khi thống nhất đất nước, tiến hành bình thường hóa quan hệ với Mỹ, thì đâu đến nỗi bị cấm vận và chưa chắc bọn Tàu đã dám làm càn, đánh chiếm biên giới năm Bảy chín[12]. Mấy ông cứ sĩ diện đòi bồi thường chiến tranh vài, ba tỉ đô-la, làm mất mặt người ta, tính ra, thiệt hại có dễ đến hàng trăm tỉ chứ chẳng chơi. Lắm lúc, Tuyên hăng lên bàn thế sự, nhưng Quang lại cứ ậm ừ cho qua chuyện, mặc kệ sự đời, muốn giăng thì giăng, muốn đèn thì đèn, ngu si hưởng thái bình...

(12) Cuộc chiến tranh biên giới Việt- Trung, (1979-1988)

Bà Múi từ Bằng Tường, về thăm lại thị xã Tuyên Quang. Chân ướt chân ráo, bà đã đòi thăm mộ cháu ngoại.

- Bên ấy, bà cũng biết tin cơ à? - Quang ngạc nhiên hỏi.

- Việt Nam động tĩnh gì, Trung Quốc chẳng biết, - bà Múi thản nhiên trả lời, khác nào nhà ngoại giao nước lớn.

- Thế, bên ấy, có cái món này không? - Quang chỉ lô hàng máy tính đang đóng thùng, chuẩn bị chuyển về các huyện, vẻ đắc ý.

- Cả thế giới có, xứ Tuyên cũng còn có, chả nhẽ... - Bà Múi lại tỏ vẻ lõi đời, cao ngạo, - ruột hàng là Trung Quốc đấy...

- Mẹ có thể nào tưởng tượng, quán phở lại thở thành cửa hàng công ty máy tính không? - Giọng Quang tỏ ra rất đỗi tự hào và nghĩ thầm trong bụng, làm gì có chuyện bọn Tàu chế được máy tính tối tân thế này.

- Quán phở còm, nhưng vua biết mặt chúa biết tên đấy. Cửa hàng máy tính này, vẫn phải ăn theo cái tên quán phở đấy, một điều bà Múi, hai điều bà Múi, - bà Múi lên giọng. - Tên tuổi còn hơn cả cơ nghiệp, nhưng không có cơ nghiệp thì khó làm nên tên tuổi.

- Thì cũng phải từ từ, dục tốt bất đạt. Nhưng cái món này, "khai dân trí" đấy, mẹ ạ, - Quang không phật ý, mà lại còn nói chữ.

- Gớm thì... - Bà Múi định nói câu gì đó, ý mỉa mai, nhưng lại thôi.

- Thế, mẹ không định đi nữa à? - Quang lại tưởng bà Múi lại nhắc về chuyện thăm mộ cháu ngoại.

- Thôi, thấy bảo, chẳng có bia gì sất, thì biết là đâu? - Giọng bà bùi ngùi.

- Trẻ con ấy mà... - Quang chặc lưỡi, nói cho qua chuyện, thực lòng là có ý ghen, nhưng bà Múi vô tình không nhận ra.

- Có nhẽ, anh chị phải lập cái miếu thờ cho cháu. - bà Múi trịnh trọng bảo con rể, khác nào ra lệnh.

- Trẻ con ấy mà... - Quang nói như một cái máy và lặng lẽ bốc hàng.

- Trẻ con là trẻ con thế nào, - bà Múi giọng có phần gay gắt, vẻ phật ý.

- Ba tuổi đầu... - Quang vẫn giọng khủng khỉnh.

- Ba tuổi, nhưng mà thần thánh đầu thai, nói lời thần thánh, - bà Múi gay gắt thật sự.

- Nó cũng chưa đặt tên... - Quang thở dài, nói cho có chuyện với bà mẹ vợ bất đắc dĩ.

- Thì đặt tên Ngài là Thần Lời, chẳng xứng sao? - Bà Múi lên giọng, tưởng mình là Võ Tắc thiên.

- Cái chuyện cúng bái, đền chùa thì tùy mẹ với nhà con, - Quang cũng thẳng thừng.

- Có thờ có thiêng, có kiêng có lành... - Bà Múi tư lự, nói với không khí, vì Quang đã bốc hàng lên xe đi rồi.

Đang là một người đàn bà bán phở bình dân, nơi phố thị, chạy loạn sang xứ Tàu, trở thành Việt kiều bất đắc dĩ. Nay quay lại, bà ta mang ngay giọng điệu nước lớn. Xứ Tàu với xứ ta, dân tình cũng đói kém, khốn khổ như nhau cả, cũng cảnh nô lệ cộng sản mà lại ngỡ mình là chủ nhân ông, nghĩ mà thấy tội nghiệp. Nhưng quan lại xứ ấy lại có tầm nhìn xa, trông rộng và khôn ngoan hơn hẳn cánh bên ta. Ban đầu, cứ tưởng họ cùng theo chủ thuyết cộng sản, nhưng kỳ thực, chỉ lợi dụng làm mồi nhử dân chúng và làm cái vòng kim cô cột cổ anh láng giềng ngốc nghếch, đến khi ngã ngửa người ra mới biết, thì ôi thôi, ta đã thành thuộc quốc kiểu mới mất rồi. Tuyên cay đắng nghĩ, một con mẹ hàng tàu tép riu còn nghênh ngang như vậy, thì thử hỏi, quan quân nhà nó trịch thượng đến mức nào. Có trò này, nó cứ như mưa dầm thấm lâu, nên khó nhận biết, chứ không như kiểu đánh vỗ mặt, ào ạt đổ quân, huy động máy bay, tàu chiến đồng loạt ném bom, nã pháo. Nó "phóng tài hóa thu nhân tâm" từ đời nảo đời nào mất rồi.

Mẹ kiếp, lắm lúc uất lên, chỉ muốn xách súng AK lao ra mặt trận, sống mái một phen, chẳng nhẽ cam phận nô lệ, nhục không chịu được. À đấy, nghĩ đi lại phải nghĩ lại, cần bảo Làn, liệu mà lo lót cho êm cái vụ thằng cu Thần Lời bỡn cợt ông tỉnh. Tuy con mình chết rồi, nhưng bọn tỉnh thù dai, đánh vào công ty thì sạt nghiệp.

*

Tuyên rút vỏ hộp đĩa mềm, rút ra một điều thuốc lá, vêu mồm châm lửa. Làn ngạc nhiên hỏi:

- Thế, cái đĩa mềm bác bỏ đâu?

- Đây! - Tuyên thọc tay vào túi quần, lấy ra cái đĩa vuông vức, màu đen, nom như chiếc bánh quy kỳ dị, đưa cho Làn, - đấy!

Làn cầm cái đĩa, thọc ngón tay trỏ mở chốt ở góc và kêu toáng lên:

- Trời ơi, đĩa cũng xơi thuốc lá thế này. Thảo nào, máy chẳng say!

- Ơ, bên trong còn có cái đĩa tròn như đĩa máy hát, mà bé tẹo tèo teo nữa này, - Tuyên ngạc nhiên, lần đầu nhìn thấy bụi và sợi thuốc lá bám đầy trong đó. - Nhưng anh đây, có cắm vào ổ đĩa bao giờ đâu, chỉ để làm dáng cho oai thôi, - Tuyên thú thật.

- Bác rõ cao thủ! - Làn bật cười khùng khục.

- Thì vụng chèo phải khéo chống chứ! - Tuyên cười. - Này, tôi bảo chú thím mang biếu ông tỉnh một bộ vi tính cho êm cái chuyện, hồi còn mồ ma thằng cu ấy mà.

- Của đống tiền... - Làn cãi.

- Cái cửa hàng công ty này là núi tiền. Đừng có tham bát bỏ mâm! - Tuyên trách mắng.

- Được! Nghe bác. Tối, vợ chồng em mang đến tận nhà ông tỉnh, - Làn xuống nước, ưng thuận.

- Lại còn phải nói điều xin lỗi, chuyện con dại cái mang nữa, để lân la bắt mối làm ăn, - Tuyên chỉ đạo như ông chủ.

- Cái ấy thì bác chả phải bảo, em cũng biết lựa lời mà nói cho trôi. Nhưng tưởng cho qua chuyện cũ, để nó khỏi thù dai thôi chứ, bắt mối làm ăn sao được với bọn ấy? - Làn ngạc nhiên, hỏi lại.

- Là mồi nó che chắn cho chuyện làm ăn lâu dài. Nó nói một tiếng, ngơ đi một cái là tạo cơ hội cho mình.

- Em chịu bác! Anh Quang nhà em theo bác mãi, mà chẳng bén gót chân, - Làn ca cẩm.

- Thím cứ nói thế, khôn ngoan chẳng lọ thật thà, rồi ra, chú ấy nổi đình đám cho coi, - Tuyên sướng bụng, đưa đẩy.

Chương mười chín

1.

Đám phế binh Sài Gòn, từ tiệm sửa xe, cho đến tiệm cơm, đều tôn bà Phát là mưu sĩ. Gã cụt chân nói như đinh đóng cột rằng, nếu gặp thời, bả (bà ấy) cũng chẳng kém Võ Tắc Thiên. Gã cụt tay bảo, thế nên bả mới chỉ làm mưu sĩ tại gia, cứu cả một gia đình.

Phàm là mưu sĩ là phải đa mưu túc kế, từ gia đình nhìn ra xã hội và từ xã hội trở lại gia đình, xem bối cảnh xã hội hiện thời để bàn kế giành lấy tương lai. Bà lừng lẫy trong gia đình, cho tới đô thành như thế, nhưng chuyến trở về cố quốc lần này, ông Ba và thằng Hai bị Hà Nội từ chối nhập cảnh. Bà điếng người, coi như thất bại đầu tiên trong cuộc đời mưu sĩ.

Ông Ba quên tuổi già, bỏ qua hoàn cảnh thất thế, vẫn mải mê viết bài cho tạp chí hải ngoại, chống cộng đến cùng. Ông phân tích về một điều được và hai điều mất của chế độ cộng sản quốc nội. Ba điều đó, cái được, tuy thống nhất đất nước, nhưng không bằng thời nhà Nguyễn, vì bỏ nhiều khu vực biên giới đất liền và mất quần đảo Hoàng Sa, cùng một số đảo Trường Sa; cái mất lớn nhất là lòng tin dân chúng và nền tảng chế độ. Ông viết, niềm tin dân chúng sẽ mất dần, cộng sản phải dùng bộ máy cảnh sát để đàn áp. Còn nền tảng xã hội là chủ thuyết Mác, Lê-nin thì đã sụp đổ trên phạm vi toàn thế giới. Đảng Cộng sản Việt Nam hẳn cũng biết, nhưng không dựa vào đó thì bại vong, nên cố đấm ăn xôi. Bài ấy cũng như nhiều bài khác, ông dùng bút danh, chứ không lấy tên thật. Thế mà sao Hà Nội vẫn biết và loại trừ ông. Điều đó, là câu hỏi lớn nhất đặt ra cho mưu sĩ Phát.

Bà lo xa, không trưng cờ vàng ba sọc, sợ bị chú ý thì phiền. Khi thằng Hai cùng đội quân tham gia chiến dịch Đông Tiến, bà đã bày cách đổi tên tuổi, quê quán Việt Nam và địa chỉ Hoa Kỳ, thế mà vẫn bị lộ, để giờ Hà Nội không cho vô. Điều đó cũng lại là một câu hỏi lớn nữa đối với mưu sĩ Phát. Khi ra phi trường, trong lúc chờ đợi đáp phi cơ về Việt Nam, bà chợt hỏi thằng Hai, đi tiễn chân:

- Hai, má hỏi, khi về Đông Nam Á, mầy có mang cái đồng hồ và đèn pin cao su theo người không?

- Dạ có! Vật bất ly thân của con mà, má! - Hai trả lời như khoe, đầy vẻ tự hào.

- Ừa héng! Cặp số sơn trắng đã xóa chưa?

- Xóa cặp số "2.2" thì khác chi những thứ khác của người ta, còn gì là chất thủy quân lục chiến kiêu hùng, còn chi là Thiếu ta Hai... - Hắn lý sự.

- Trời đất quỷ thần ơi! - Bà Phát la lên câu cảm thán đó, hệt như hồi ở Sài Gòn, - lạy ông tui ở bụi này rồi đó, mầy.

- Làm sao Việt Cộng biết được? - Hai thắc mắc.

- Hỏi dượng Ba, biết liền à? - Bà Phát đẩy câu hỏi sang ông Ba.

- Má con là mưu sĩ đó! - Ông Ba vẻ cảm phục, - tiếc là chú Thiệu chưa kịp thâu nạp, - ông tỏ ra tiếc nuối thật sự, chứ không có ý giỡn đùa.

- Nhưng tụi nó biết thì cũng làm gì được con đâu, má? - Hai vẫn máu yêng hùng.

- Nó làm tới rồi đó, cấm nhập cảnh đó. Nhỡn tiền chưa?

Lúc này, Hai mới bàng hoàng thật sự, ông Ba cũng tớn tác ngó quanh.

Út Lan không tham gia chuyện dính líu cộng sản. Đầu óc cô đang nhớ lại cuộc gặp gỡ bất ngờ với Hóa ở Đức. Bữa đó, Út Lan đi du lịch Béc-lin, ghé thăm cổng Bran-đen-buốc, tình cờ thấy Hóa cũng đang ngó nghiêng tượng nữ thần chiến thắng cưỡi cỗ xe tứ mã bằng đồng, trên tháp cổng. Dân Bắc Kỳ đi đâu cũng ngó nghiêng, Út Lan nhận ra Hóa cũng từ phong cách cố hữu đó. Cái xứ mình, sao không biết cách thống nhất hai miền, theo kiểu hòa bình như Đức nhỉ? Oánh nhau ngán thấy mồ, rồi có hòa hợp được đâu? Tại sao mấy ông quốc gia Việt Nam và mấy ông tư bản châu Âu thù ghét cộng sản đến thế? Mình thấy họ hiền khô à? Quang đó! Nhưng Hóa thì không thể sống chung...

2.

Làn đang mổ cò trên bàn phím, bên quầy giao dịch, chợt thấy một cái xe ô-tô du lịch, kiểu dáng con ong, dừng lại trước cửa hàng và một người phụ nữ vẻ quý phái nhẹ nhàng bước xuống, lễ phép hỏi:

- Xin lỗi, tôi muốn được gặp anh Quang và anh Tuyên, thưa chị! - Cô ta nói giọng Nam Bộ, dịu dàng.

- Cả hai, vắng. Chốc nữa... - Làn bực về sự lúng túng của chính mình.

- Chúng tôi chờ được chứ ạ? - Cô ta dùng từ "chúng tôi", ngầm báo cho Làn biết, trên xe còn mấy người nữa.

- Vâng, xin mời tất cả vào nhà, - Làn lấy lại được sự hoạt bát thường ngày.

Vừa lúc đó, Quang và Tuyên đi giao hàng về, cả bốn người gặp nhau tay bắt mặt mừng, giọng Nam Bộ của Út Lan, giọng Nam pha Bắc của bà Phát, giọng Bắc thuần của Tuyên và Quang, làm cho không khí náo nhiệt, khiến Làn cũng vui lây.

- Má và cô Út tìm được chúng con thế này là giỏi quá, - Quang nói câu chào mừng một cách xã giao. Từ khi đi giao hàng lĩnh vực công nghệ, anh có vẻ thông hiểu hơn giới trí thức và học hỏi được nhiều điều về ứng xử, hơn cái thời làm chân bê phở, hoặc xúc cát, sỏi.

- Thì Út Lan du lịch qua bên Đức, gặp cậu Hóa, mới biết về mấy anh em chớ bộ, - bà Phát hồ hởi khoe.

Nghe tên Út Lan, lại chuyện gặp Hóa bên Đức, khiến Làn chột dạ. Nhưng cô vẫn thể hiện vai trò bà chủ:

- Nghe các anh nhắc đến má và cô suốt. Mời má và cô vào nhà. Nhà không được tiện nghi cho lắm, - cô phân bua kiểu hạ mình.

- Thế này, - bà Phát lúc nào cũng giữ thế chủ động, cắt đặt công việc. - Má con tui sẽ nghỉ ở khách sạn Lô Giang, hồi nãy đã nhận phòng rồi. Cậu tài xế, lấy giùm cái xe đạp trong thùng xe, - bà Phát gọi lớn.

Quang ngỡ ngàng nhìn cái xe đạp mi-ni có boóc-ba-ga đệm mút. Khi ra Bắc, anh đã không dám quay lại, rồi kẹt quá, kẻ Bắc người Nam, nay mới hội ngộ. Út Lan ý nhị dắt cái xe đạp đến bên Làn và dựng chân chống. Quang nghẹn ngào không nói nên lời, lấy mu bàn tay quệt nước mắt, bụi đường hoen má. Út Lan mở cái xắc da cá sấu, lấy khăn mu-xoa màu xanh nước biển, thấm nước mắt cho Quang, sực nhớ ra sự vô ý của mình, cô liếc mắt nhìn Làn. Làn ý nhị quay mặt đi.

*

Cả thị xã Tuyên Quang chỉ có một khách sạn.

Lô Giang, khách sạn cạnh bến nước sông Lô. Nghe

nhân viên khách sạn nói, chỗ này thấp nhất thị xã, cao hơn mực nước biển có hai mươi ba mét, hễ có lũ lụt là ngập đầu tiên. Dãy phố Xuân Hòa ven sông, phải đắp cao thêm ba mét nữa, cốt hai mươi sáu, đỡ bị ngập. Nhưng có năm nước cao ba mươi mốt mét, nhà cửa, cây cối bị cuốn trôi đầy sông. Ngắm nhìn dòng Lô trong xanh, bà Phát lại nhớ Sài Gòn. Thuở xưa, bà thường đứng ban-công, ngắm nhìn mây bay qua sông Sài Gòn và nghe tiếng chim hót trong vườn trái sum suê. Thấm thoắt thế mà đã mấy chục năm rồi, bất giác, bà thở dài, chú Thiệu loắng ngoắng thế nào mà để mất nước. Ý nghĩ đó trở lại trong đầu, tựa như cái bu-mê-răng của thổ dân da đỏ, ném đi rồi một hồi, lại tự liệng về đúng chỗ mình.

- Hồi nẳm (năm xưa), nghe cậu Quang nói, quê Phát Diệm? - Bà Phát thắc mắc.

- Đúng vậy mà, má! Ra quân, biết gia đình đã đi khai hoang tuốt luốt xứ Tuyên rồi, con khoác ba-lô lên đây luôn, - Quang thanh minh, nói chêm mấy từ Nam Bộ. - Hồi ở trỏng, con nhận thư gia đình, cũng đã nói chuyện với Út Lan rồi mà.

- Ừa héng! Y chang đi kinh tế mới ở trỏng, - bà Phát vẻ am hiểu thời cuộc. Má con tui đã ghé thăm quê và Nhà thờ Đá rồi. Cảnh vật vẫn như xưa, chỉ có điều, bây giờ, chỗ nào cũng thấy đặt hòm công đức.

- Má và cô Út chu đáo quá. Thực tình, con cũng không nhớ cái chuyện xe đạp mi-ni nữa, đoảng thật, - Quang, ý nói về cái xe đạp vừa được tặng, nên nói câu tự trách mình, nhưng cũng là đề cao tấm lòng của hai má con bà Phát.

- Chút quà mọn thôi, để tâm làm chi, anh? - Út Lan đỡ lời.

- Cậu lái xe biểu, hàng hóa Hà Nội bây giờ cũng

chẳng kém Sài Gòn khi xưa, thiếu cha gì. Nhưng con nhỏ cứ nằng nặc đòi rinh tự Sài Gòn ra, - bà Phát hồ hởi kể chuyện.

Kìa, má! - Út Lan e thẹn, liếc nhìn Quang. Thực ra, trong lòng cô vẫn còn cảm tình với Quang, nhưng nói lảng sang chuyện khác, - Chị Làn đẹp thiệt đó, nhứt xứ!

- Tôi thì lại thấy Út Lan đẹp hơn, ngoan hơn, hiền khô à, - Quang thật thà khen. - Hoa khôi Sài Thành chứ bộ...

Nghe vậy, hai mẹ con bà Phát và Út Lan đưa mắt nhìn nhau, cười phớ lớ.

Út Lan lấy máy đo, kiểm tra huyết áp cho má, bảo: "Ngon lành, má à!", rồi mới cùng Quang đi thăm thành cổ, kề bên khách sạn. Cô ngó nhìn cổng Tây Môn, ngạc nhiên về sự nhỏ bé của nó, lại chẳng có vọng lâu, tháp canh, nom như kỵ sĩ không đầu. Quanh cổng, mọc đầy lau lách, rễ si bám chằng chịt từng viên gạch đá ong. Cô chợt nhớ cổng Bra-đen-buốc bên Đức. Thật là một trời một vực. Xứ mình, cái gì cũng nhỏ bé và quê kệch. Thời phong kiến, thực dân còn xây dựng được nhiều đền đài, đến thời cộng sản thì phá nhiều hơn xây. Cái triết lý kỳ quặc của chế độ, chỉ có dượng Ba mới hiểu cặn kẽ và ổng đã chiêu hồi. Chuyến này mà ổng cùng về, thì sẽ thăm quê, cũng phải đạo chứ bộ. Nhưng má biểu, thế cũng may, chứ về quê, dân cộng sản nòi sẽ chưởi ông là đồ phản bội cho coi, có khi lại tội nghiệp tuổi già. Hồi sau Bảy lăm, đám chiêu hồi tới Biệt thự Xanh, la ông Ba quá trời. Tụi nó biểu, thế là trở đi mắc núi, trở lại mắc sông, có phải ai cũng di tản được đâu, nên đành phải muối mặt sống chung với cộng sản, cho qua ngày đoạn tháng...

Nhớ Bra-đen-buốc, khiến Út Lan nghĩ đến Hóa. Hay quá nè, mình gặp lại mấy chàng lính Việt Cộng, ở hai xứ xa vời. Họ có gì liên quan đến mình? Mình có gì liên quan tới họ? Loanh quanh một lúc, chẳng còn gì để xem, Út Lan rủ Quang quay về. Ngẩn ngơ đứng cổng khách sạn, nơi có cây di lăng, hoa nở thơm lừng bến phà.

"Má à, con thấy sông Lô khác sông Sài Gòn".

"Có sông nào mà giống sông nào đâu?"

"Không có lục bình".

"Trời, tưởng gì, "lục bình" chạy đầy đường".

Bà Phát chọc quê, Út Lan cười rinh rích, chợt nhớ chuyện giỡn lính Bắc Kỳ: "Ti-vi chạy đầy đường".

"Nầy, con thấy thằng Quang thế nào?"

"Má hỏi thế là thế nào?"

"Má thấy nó tồi tội, thương thương".

"Má, con ngủ rồi mà... ".

*

Bà Phát nhớ lại, hồi chiều, lúc hàn huyên, đang vui câu chuyện, chợt Tuyên độp thẳng một câu:

- Ăn cơm mới nói chuyện cũ, hồi mới giải phóng, má lại trưng bàn thờ con trai cả, là sao?

- Xí gạt chút đỉnh, cho nó được yên thân thôi mà. Cũng như mấy ông giải phóng, bảo có làm cái chính phủ ba thành phần chi đó, sau giải phóng lại bỏ, chỉ có quân cách mạng không thôi à. Chiến tranh thì hai bên xí gạt lẫn nhau, - bà Phát cười rổn rảng.

- Chịu má! - Tuyên cười trừ.

- Thế mà, ông Ba suýt mắc mưu đó, - bà Phát lại cười ranh mãnh.

Chương hai mươi

1.

Út Lan đang mơ màng nghĩ về Quang, chợt thấy giường bên, má lục sục trở dậy, vội hỏi:

- Sao má?

- Gió đêm lành lạnh, má khép bớt cửa sổ.

- Để con, kẻo trúng gió đó, má!

- Nhằm nhò gì...

Thấy ắng lặng hồi lâu, Út Lan nhỏm dậy; má vẫn đứng né bên cửa sổ, vẫy tay gọi :

- Nè, có người cứ quẩn quanh bên gốc di lăng, nom như thể giề lục bình trôi qua trôi lại trụ cầu.

- Bữa nay, má văn chương dữ hà! - Út Lan vội nhón bước, nép vào bên má, - anh Quang chớ bộ, má!

- Nó tìm chi vậy, hè?

- Đâu có tìm, dạo quanh chờ ai đó thôi à.

Chợt Quang ngước lên, thấy bóng Út Lan, vẫy tay rối rít, vẻ mừng rỡ, như trẻ nhỏ thấy mẹ về chợ.

- Xuống với nó, đi! - bà Phát giục con gái.

- Trời đất! Đêm hôm khuya khoắt thế này, mắc cỡ thấy mồ? - Út Lan phụng phịu, nhưng vẫn khoắc thêm cái áo mỏng ra ngoài bộ đồ ngủ, cố thở dài một tiếng, ra vẻ miễn cưỡng, chiều theo ý má, nhưng miệng nhoẻn cười và lòng mở cờ.

Trời ơi, không biết Quang chờ từ khi nào, mà hái được cả vốc hoa di lăng, Út Lan phải lấy cái khăn mui-xoa xanh dương để gói. Đêm thanh, mùi di lăng càng ngát hương.

Phố xá vắng. Quang đưa Út Lan qua sân vận động. Những đôi tình nhân ngồi trên thảm cỏ trước cầu môn, và các khán đài. Bóng núi mờ sương đêm.

- Núi chi, anh?

- Núi Thổ Sơn, chỉ cao dăm chục mét thôi. Anh đang định dẫn em lên. Buổi tối, bọn anh thường lên ngắm sao trời và đèn phố.

- Mơ mộng dữ hè! - Và lòng cô cũng đã mộng mơ..

Không nói không rằng, Quang bế thốc Út Lan, chạy lên núi. Cô choàng tay qua vai anh.

- Chậm thôi, mệt đó anh! - Cô nói trong hơi thở hồi hộp và niềm vui sướng râm ran trong lòng.

- Nhằm nhò gì, vài trăm bậc... Em nhẹ như cánh di lăng... - Quang nói trong hơi thở hổn hển.

Nghe vậy, cô ngước nhìn anh, nghĩ bụng, cũng lãng mạn đó chớ.

Lên đến gốc thông trên đỉnh núi, anh quơ lá khô cho cô ngồi. Cô lấy gói hoa di lăng thấm mồ hôi trên trán anh. Mùi hương thơm ngào ngạt, như sợi dây vô hình níu hai người lại với nhau.

Cô tựa vai và dõi theo tay anh chỉ. Ánh đèn như sao sa phố thị, hắt ánh sáng huyền ảo lên tận đỉnh núi. Kia là dòng sông Lô lấp lánh đang trôi xuôi về phía bến Bình Ca. Dưới kia là phố xá. Trên kia là sao trời. Đây là anh và em. Cô cười khúc khích.

Rồi hai người cứ thế, lặng lẽ ngồi bên nhau, mặc cho sông trôi, mặc cho đèn sáng, mặc cho sao mờ, mặc cho sương rơi. Khi nghe những giọt sương rơi lộp bộp trên tán lá khố, cô sực tỉnh, khẽ lắc tay anh, giục:

- Về thôi anh, - nói vậy, nhưng lại ngả thân mình, chì nặng lên Quang.

Quang nhổm dậy, toan bế cô xuống núi. Cô lại quàng tay lên cổ anh và níu xuống. Đôi cặp môi tìm nhau trong hơi thở nồng nàn. Anh từ từ nằm đè lên tấm thân mềm mại của cô.

Khi chia tay ở gốc cây di lăng, nhớ lại cái rùng mình trên núi, cô ngập ngừng:

- Anh ơi, nếu chúng mình có con thì đặt tên chi?

- Tên à? - Quang cũng tỉnh hẳn, linh hoạt, - tên là Thổ Sơn.

- Ghét ghê cơ! - Cô chí ngón tay trỏ vào trán anh.

- Con trai đặt Sơn, con gái đặt Son, nhề! - Quang cười, xuề xòa.

- À héng! Tiếng Anh viết giống nhau đó: ét- âu- en, - cô phát âm đánh vần tiếng Anh, tên đứa con tương lai. - Linh cảm mách bảo em, đó là con trai!

- Ôi! - Quang lại bế thốc cô lên, quay một vòng, - nhưng anh không biết tiếng Anh, chỉ biết tiếng em thôi...

Cả hai người lại nhập một khối, chằng chặt vào nhau bởi những đôi tay và bằng sức hút tình yêu. Tiếng gà gáy râm ran trong khu phố hai bên kia sông, cả hai mới bịn rịn chia tay.

Dưới bến sông, xóm nhà bè đã lục tục trở dậy. Một ngày mới bắt đầu.

Ánh bình minh chiếu vào phòng. Gương mặt Út Lan hồng tươi như một đóa hoa chào đón ban mai. Bà Phát nhìn con, mỉm cười ý nhị. Bà lặng lẽ nhặt những cái lá thông khô còn vương trên mái tóc và áo quần con gái. Mùi hoa di lăng tỏa thơm ngào ngạt từ gói mui-xoa đặt bên gối. Út Lan nhoẻn cười mơ hồ, hình như cô vẫn đắm chìm trong giấc mơ hạnh phúc.

2.

Sau khi bị từ chối nhập cảnh vào Việt Nam, ông Ba vẫn tiếp tục viết bài cho các tạp chí hải ngoại, nhưng không dùng bút danh nữa, mà mang tên thật. Ông mở một bờ-lốc trên mạng in-tơ-nét, chuyên về chống cộng. Mỗi khi Ban Chấp hành trung ương đảng Cộng sản Việt Nam ra một nghị quyết nào đó, về cái gọi là tự do, dân chủ, hoặc Chính phủ Cộng hòa xã hội chủ nghĩa Việt Nam có động thái gì đó tỏ vẻ thân Trung Quốc, là ông lên tiếng liền. Ý kiến bình luận, phân tích của ông rất sắc sảo, lại có lợi thế của người đã từng cùng chiến tuyến, nên con dao mổ của ông rạch đâu trúng đó.

Ông Ba đã ngoại bảy mươi, nhưng trong lòng lúc nào cũng hừng hực lửa, mà bề ngoài lại tỏ ra khá là điềm đạm. Bà Phát phục nhất ông Ba ở điểm này. Không biết cộng sản đào luyện thế nào, hay trường đời đã dạy cho ông sự khôn ngoan đến độ. Bởi thế, cách hành xử của ông chín chắn. Ông chịu khó đọc sách kim, cổ, Đông, Tây, dày vốn sống, lại thông minh, nên được cộng đồng người Việt và nhiều chính khách Mỹ nể vì. Bà Phát được gọi là mưu sĩ cho vui, bà biết thân biết phận, chỉ nội gia, cò con thôi, ông mới là người mang tầm kinh bang tế thế. Bà thương ông không gặp thời. Có lẽ, đắc chí nhất của ông là thời gian làm ở Phủ Đặc ủy Dân vận chiêu hồi và bây giờ, tung hoành trên in-tơ-nét. Nếu lúc này, ông vẫn còn ở phía cộng sản, chưa chắc đã nên cơm cháo gì, có khi còn xin ra khỏi đảng rồi cũng nên. Một khi đã ra khỏi đảng, nghĩa là chấm dứt sự nghiệp chính trị.

Trên các trang mạng hải ngoại và quốc nội, liên tiếp nổ ra những cuộc tranh luận nảy lửa, nhưng ông chưa tìm ra đối thủ xứng tầm. Đối thủ chỉ sử dụng mớ lý luận cũ mèm, bế tắc và trích dẫn kinh điểm chủ thuyết Mác, Lê-nin theo kiểu nhà trường. Bí quá thì quy cho đối thủ là phản động, hoặc bới móc đời tư, hòng làm mất thể diện. Đối với các bờ-lốc-giơ hải ngoại thì dùng lý cùn, hẳn là, nếu ở quốc nội, đã bị đàn áp, chơi trò ném đá giấu tay, đổ vạ bắt bớ, khủng bố tinh thần, tấn công thân nhân, bao vây cô lập. Chiêu trò ấy, ông không lạ gì. Ông thương anh em bờ-lốc-giơ quốc nội, sống trong không khí thiếu vắng tự do, dân chủ, thì ngột ngạt biết chừng nào. Giới bờ-lốc-giơ hải ngoại và quốc nội có mối liên kết, nhưng lỏng lẻo, không gian ảo, nhiều người còn không dám ghi tên thật, mà phải dùng nặc danh cho lành. Hơn nữa, dân lao động, nhất là vùng nông thôn, chưa biết xài in-tơ-nét, nên sự khuếch trương phong trào chưa đủ mạnh. Báo viết, nhà nước cộng sản độc quyền quản lý. Trang mạng quốc nội bị chặn phá rất dữ. Bởi, cộng sản hiểu rõ tầm quan trọng của thông tin tuyên truyền. Nó sẽ làm thay đổi tư duy con người, khiến người ta giác ngộ và từ bỏ ý thức hệ cộng sản, gọi văn hoa là "Diễn biến hòa bình", hoặc "Tự diễn biến"...

Chương hai mươi mốt

1.

Ban ngày, Thủy Chung phải lên giảng đường, trợ giảng. Tối đến, mới có thời gian rảnh rỗi, lên mạng. A, có bài viết mới, kẻ nào đó dám tung luận điệu đa nguyên, đòi thoát ly sự lãnh đạo của đảng Cộng sản, trung lập hóa quân đội. Thế là châm ngòi cho cuộc tranh luận:

Thủy Chung, nói...

Gã Văn Ba nào đó là cái loa của thế lực thù địch. Hiện nay, chúng đang ráo riết tuyên truyền luận điệu tách Quân đội nhân dân Việt Nam anh hùng, ra khỏi sự lãnh đạo của Đảng Cộng sản Việt Nam quang vinh. Chúng đâu biết rằng, chính Đảng đã thành lập quân đội cách mạng, giành độc lập dân tộc, thống nhất đất nước. Bài học lịch sử cho các nước xã hội chủ nghĩa, khi quân đội đóng vai trò trung lập, thì thành trì như Liên Xô sụp đổ.

(Có một ý kiến phản đối, đăng trên mục Trả lời: Quân đội bảo vệ đất nước, chống ngoại xâm, chứ không phải để bảo vệ một đảng phái nào đó, Thủy Chung ạ).

Văn Ba, nói...

Tiền thân lực lượng Quân đội nhân dân là Quốc gia tự vệ. Trong đó, gồm nhiều thành phần, đảng phái. Nhưng càng trưởng thành, thì đảng cộng sản càng dùng mưu kế loại trừ dần, để độc quyền thao túng. Quân đội nhân dân trở thành công cụ của đảng cộng sản.

(Xen vào, có một ý kiến ủng hộ, đăng mục Trả lời: Cộng sản cướp công, đổ tội. Đó là sự thật rành rành).

Thủy Chung, nói...

Luận điệu của gã Văn Ba cũng là một dạng diễn biến hòa bình. Diễn biến hòa bình là âm mưu của CIA. Thủ đoạn DBHB ngày càng thâm độc. Sau khi, sự kiện đáng buồn, hệ thống XHCN sụp đổ một bộ phận, thì chúng lại điên cuồng kích động những người nhẹ dạ, cả tin, để tự diễn biến. Họ bị nhiễm nọc độc của CNTB, với sự phồn vinh giả tạo, nên đã suy thoái tư tưởng, đạo đức, lối sống; thậm chí, chạy sang hàng ngũ địch, chiêu hồi...

(Hai ý kiến trao đổi, đăng mục Trả lời:

- Chả lẽ, ngay từ khi thành lập, năm 1947, trùm tình báo Mỹ đã tính đến chuyện DBHB. Thật là nhìn xa trông rộng...

- Không nên gọi là "Tự diễn biến", mà nên gọi là "Tự giác ngộ", mới đúng bản chất vấn đề hơn).

Văn Ba, nói...

Thời kỳ 1946 đến 1951, cộng sản Việt Nam phải rút vào hoạt động bí mật, bảo toàn lực lượng, nếu không, đã bị quân đồng minh tiêu diệt hết rồi. Đảng Cộng sản núp vào bóng tối, đổi tên thành Hội Nghiên cứu chủ nghĩa Mác, với chi nhánh các tỉnh là Cứu quốc Hội... nhưng vẫn giương vòi bạch tuộc thâu tóm quyền lực. Do đó, tuy Quốc hội có nhiều thành phần, đảng phái tham gia, nhưng bị vô hiệu hóa, nên các đảng phái khác phải bỏ của chạy lấy người. Thời kỳ này, khi Hồ Chí Minh đến thăm trường Võ bị Trần Quốc Tuấn, đã nói: "Quân đội trung với nước, hiếu với dân".

Thưa cô Thủy Chung (xin lỗi, nếu là tên thực của quý cô nào đó), khẩu hiệu "Trung với đảng, hiếu với dân", là kết quả đánh tráo của đảng cộng sản.

(Ý kiến trao đổi, mục Trả lời: Thế thì càng rõ rằng, quân đội của đảng, do đảng, vì đảng!)

Thủy Chung, nói...

Gã Văn Ba biết một mà không biết hai, Hiến pháp nước Cộng hòa Xã hội chủ nghĩa Việt Nam đã ghi nhận điều Bốn, khảng định sự lãnh đạo tuyệt đối, toàn diện, trực tiếp của Đảng đối với xã hội. Như vậy, quân đội nhân dân trung với nước cũng là trung với Đảng và ngược lại, cũng thế. Việt Nam là đất nước XHCN, thì vấn đề yêu Tổ quốc cũng là yêu CNXH. Đó là chân lý, hiển nhiên.

Văn Ba, nói...

Cái điều Thủy Chung suy diễn, thuộc loại lô-gích hình thức. Nó không chứa nội hàm khoa học thực tiễn. Trong chế độ cộng sản, cái điều quân đội thuộc về ai không quan trọng, mà cốt tử là hai công cụ tuyên giáo và mật vụ, để khống chế đàn áp tư tưởng, tinh thần và thể xác con người. Cả xã hội là một nhà tù khổng lồ. Chỉ khi hai nắm đấm này không đương đầu nổi với giới trí thức, văn nghệ sỹ và quần chúng tiến bộ, thì mới buộc phải dùng quân đội đàn áp. Nói đến quân đội là nói đến vũ khí nóng và quân số áp đảo. Quân đội vừa là chỗ dựa, vừa là hậu thuẫn, vừa lá cú đấm cuối cùng của chế độ độc tài.

Thời gian sau, ông Ba nhận được i-meo của Hiến. Hắn viết rằng, ý kiến về bản chất việc đảng Cộng sản nắm quân đội là của anh ta. Nhưng vẫn còn ở trong nước, sợ truy bức nên ký tên Nặc danh. À thì ra, tay sĩ quan tâm lý chiến này vẫn khí tiết và dõi theo thời cuộc, chứ không 'trùm mềm" như người khác.

*

Thằng cha Văn Ba này, Thủy Chung nghĩ, quả là cây lý luận lợi hại. Bên công an đã cung cấp nhiều tư liệu về đời tư của nó, nhưng cô chưa bóc mẽ, chỉ mới nói bóng gió chuyện chiêu hồi. Các lớp lang, mảng miếng đã có cố vấn ban tuyên giáo, cô đứng lên như một đại biểu của giới trí thức xã hội chủ nghĩa, trung thành với đảng Cộng sản Việt Nam.

Tần tiện mãi, cô mới mua được cái lép-tốp, ngang giá một cái xe máy hàng Tàu. Lép-tốp và xe máy là hai công cụ, phương tiện thông dụng của con người thời tốc độ và tin học. Y như thời xưa, vật dụng là xe đạp, đồng hồ vừa để đi lại, xem giờ và chưng diện. Hai của quý đó là tài sản có giá trị cao. Mẹ thường kể, bố và mẹ tiết kiệm mãi mới mua được cái đồng hồ Sla-va, mà cô đã trao lại cho bố trước lúc lên đường sang đất đối phương, hoạt động tình báo. Nếu bố xem mạng, hẳn sẽ rất tự hào. Con gái của bố, người chiến sĩ lặng thầm ôm lép-tốp lao vào trận ảo, bảo vệ đảng như bảo vệ con ngươi của mắt mình. Một cuộc chiến vô hình, không thấy mặt, không nghe lời nói đối thủ, nhưng qua những dòng chữ hiện lên màn hình tinh thể lỏng, có thể nhận biết đối thủ tầm cỡ nào. Người đó, có thể là nhà khoa học, văn nghệ sĩ, cán bộ hưu trí, thậm chí có cả những kẻ vô học, vô công dồi nghề, vào mạng chỉ cốt để chửi rủa càn rỡ.

Chiến trường ảo ngưng tiếng phím, Thủy Chung tắt mạng, mở nhật ký, gõ phím:

"*Con là trí thức xã hội chủ nghĩa, phải cất lên tiếng nói trung thành với Đảng Cộng sản Việt Nam, âu cũng là trách nhiệm và lý tưởng. Con và bố tuy trên hai trận tuyến, nhưng cùng chung mục đích bảo vệ Đảng ta, bảo vệ lý tưởng Bác Hồ vĩ đại.*

Con đang phấn đấu trở thành đảng viên, để sớm được vinh dự đứng chung đội ngũ những người tiên phong với bố. (Bố là anh hùng trận mạc, lại ra đi hoạt động tình báo như vậy, hẳn phải là người con ưu tú, trung kiên của Đảng)."

2.

Liên ốm liệt giường.

Cô không thể ngờ, mình lại bị bệnh tật quật ngã gục, nhanh đến thế. Có phải, cả quãng đời thanh xuân và trung niên, sống trong hy vọng khắc khoải và quần quật nuôi con, ăn không dám ăn, chơi không dám chơi; không phải nhà giàu tiếc tiền, mà do cảnh nghèo. Nghèo đi đôi với hèn, là thế. May mà có con gái Thủy Chung sáng dạ và tu chí. Từ khi nó đi làm, có lương, hai mẹ con ăn dè hà tiện cũng đủ sống qua ngày đoạn tháng. Thật không may, mình lại ốm lên ốm xuống thế này.

Đời cô, chỉ gần gũi đàn ông một lần và có con. Giả sử, nếu sau bận ấy mà không nghén, thì cô vẫn mỏi mòn chờ. Mình trao thân rồi thì thuộc về người ta, cô nghĩ vậy, nàng Tô Thị còn hóa đá chờ chồng cơ mà... Do vậy, sinh con, cô đặt là Thủy Chung. Đó là nỗi lòng đau đáu thờ anh chồng hờ. Hóa ơi, biền biệt xa, cho Liên miên man nhớ. Những ngày này, sao mà cô mong mỏi Hóa đến vậy, chỉ cần một lá thư gửi qua bưu điện theo kiểu cổ điển, hay một cái thư điện tử trên mạng in-tơ-nét, hay một tin nhắn qua điện thoại, hỏi có khó khăn gì? Chẳng lẽ, phải bí mật đến thế ư? Bao nhiêu người đi làm tình báo thì cũng bỏ vợ dang dở, con bơ vơ đến thế này ư? Nghề nghiệp gì mà nghiệt ngã vậy?

Đã bao lần, Liên gặng chuyện yêu đương, chồng con với Thủy Chung, nhưng nó bảo, đang phấn đấu, chưa vội. Chồng con vào sẽ ảnh hưởng đến con đường chính trị đang rộng mở. Nó đã làm thạc sĩ rồi, đang lao vào nghiên cứu sinh, ôm ấp luận án tiến sĩ về lĩnh vực Xây dựng đảng. Đấy là chuyện chuyên môn, còn về chính trị, nó đang trong diện cảm tình đảng, đã học xong lớp bồi dưỡng lí luận về đảng rồi. A, hình như nó còn bảo, được giao phụ trách công đoàn nữa thì phải. Người ta cho là cái chân đầu chày đít thớt, nhưng nó lại vui, vì có chỗ thể hiện năng lực của mình. Đêm đêm, lại lên mạng, chửi nhau với quân phản động trong không trung. Hai bố con, trên cùng một trận tuyến mà có khi không biết nhau cũng nên. Bố, hoạt động trong lòng địch. Con, từ thủ đô tấn công địch qua vòm trời, có khi nó ở ngay bên cạnh mà không biết. Nhưng sợ ham hố chuyện chính trị, xã hội quá thì thanh niên kiềng nó, không ai dại gì mà rước một cô suốt ngày ham mê chính trị về cầm chương, cầm chịch trong nhà.

Liên phân tích hết nước hết cái, nhưng Thủy chung bảo, chỉ cần người chung lý tưởng là được. Thanh niên bây giờ be bét lắm, đứa thì nghiện hút, đứa thì cờ bạc, đứa lao vào làm ăn kinh tế, đứa con ông cháu cha thì chỉ nhăm nhăm chuyện quyền chức, chứ người có lý tưởng cộng sản tuyệt đối trung thành với đảng ta như nó, chỉ còn đếm trên đầu ngón tay. Nó đang mơ mộng số người đếm trên đầu ngón tay ấy.

*

Đã bao lần, Thủy Chung theo các đoàn tang lễ đến đài Hóa thân hoàn vũ Văn Điển, tiễn biệt người thân của bạn bè. Nhưng chỉ hôm nay, cô mới cảm thấy nỗi đau tột cùng ở chốn này.

Ngồi trong phòng tang lễ, nhìn màn hình, Thủy Chung bàng hoàng khi chiếc quan tài gỗ tạp, hình lục lăng, có gắn hoa văn bằng nhựa màu xanh xanh đỏ đỏ, đang từ từ trôi vào lò thiêu. Ngọn lửa bùng cháy, cô ngã vật ra, cảm thấy bỏng rát, kêu rú lên:

- Nóng! Con ơi, nóng quá! - Cô la hét ầm ĩ.

- Mẹ nó nhập rồi! Tắt lửa đi! - Ai đó kêu to.

- Tắt rồi, tắt lửa rồi! - Tay nhân viên ban tang lễ, cầm tờ điếu văn vung loạn cả lên, nhanh trí đáp lại.

Thủy Chung nguôi ngoai, dần dần hồi tỉnh.

Trong lò hỏa táng, lửa vẫn cháy rần rật, thiêu xác thành tro.

- Hóa ơi! Anh Hóa ơi!, Mau về với vợ, với con! - Thủy chung lại la hét.

- Mẹ nó vẫn nhập đấy! - Ai đó lại nói.

- Hóa nào? - Ai đó hỏi.

- Đồng chí Hóa là chồng cô Liên. Đồng chí ấy đang hoạt động tình báo ở nước ngoài, không thể về được. Tổ chức có lời chia buồn cùng gia quyến.

Ai nấy đều đổ dồn vào nhìn người đàn ông vừa nói. Ông ta đội mũ phớt đen, đeo kính râm, đi giày đen, vận com-plê đen.

- Ai thế nhỉ? Nom như thể thám tử!

- Chẳng lẽ là người của cơ quan tình báo?

- Chồng cái Liên làm tình báo à?

- Thảo nào?

Nhưng chưa ai kịp hỏi xem đầu cua tai nheo ra sao, thì thám tử đã chui tọt vào tắc-xi, lao về hướng trung tâm thành phố.

Chương hai mươi hai

1.

Ngoài phi trường, có một quán bar. Cô chủ quán mặn mà, gương mặt trái xoan, phảng phất nỗi buồn. Cô tên Nhài.

Nhài, cái tên khiến Hai sực nhớ lời dặn của ông Ba: "Cô Lài làm giao liên, bị bắt cùng dượng. Nghe phong thanh, cô ấy đã ra miền Trung, xóa tung tích, làm ăn sinh sống. Trên đường chinh chiến, con có gặp cổ, chuyển giùm một cây vàng nầy làm vốn, giúp dượng. Nếu không vì chuyến giao liên cho dượng, chắc cổ không bị bắt". "Dượng có chi làm tin?". "Con cứ nói là ông Ba, có cái khăn rằn bảy lỗ thủng, gởi. Hẳn cổ không nỡ từ chối". "Cổ kêu tên chi?". "Tên Lài".

Binh lính cầm vàng theo người là xúi quẩy. Nhưng ông Ba đã nói thế, Hai không nỡ chối từ. Bà Phát bày cho Hai, báo cáo chỉ huy tiểu đoàn và đại đội, sự tình như thế, như thế, để tránh phiền hà, rủi ro.

Bây giờ, trước mặt Hai là cô Nhài bán bar, chứ không phải cô Lài giao liên. Ông Ba nói rằng, cổ đã giấu tung tích để làm ăn, sinh sống, có thể đã đổi tên, kiểu na ná tên cũ, từ Lài sang Nhài chăng? Cô bán bar thường bị tụi lính chiến sàm sỡ, thế mà vẫn giữ nét đoan trang, tươi cười bán hàng, chứ không lả lơi câu khách, nên chúng cũng chờn chợn. Có đứa còn vỗ mặt, chọc quê: "Coi chừng, cô em Việt ộng nằm vùng". Cô cũng chỉ cười cười, không nói, coi như sự đùa nhả mà thôi.

Khi hai bên đã có vẻ quen hơi bén tiếng, Hai mới nói gần nói xa:

- Dượng anh tên Ba. Ổng nói, có quen cô Lài.

Nhài nhướng mắt nhìn Hai, không nói không rằng, vẻ như dò hỏi, vẻ như thú nhận.

- Trên đời nầy, thiếu gì những ông Ba, cô Lài. Mắc mớ chi mà anh nói với em. - Nhài khẽ khàng, nhưng mạch lạc.

- Dượng Ba, sau khi bị bắt thì chiêu hồi, rồi gá nghĩa với má anh. Người trong một nhà, nên ổng nói chuyện thời bưng biền, - Hai vẫn thủ thỉ tranh thủ tình cảm và khơi gợi lòng tin.

- Ly kỳ quá, ha! - Nhài nói, như thể đế theo truyện trinh thám.

- Ổng nói, ổng có cái khăn rằn bảy lỗ thủng.

Nghe vậy, mặt Nhài tái dại, nụ cười nhợt nhạt, mắt nhìn xa xăm. Hai tưởng như vũ trụ ngưng lại, nghe rõ tiếng lào xào rèm cửa ni-lông và tiếng máy bay gầm rú trong phi trường.

- Ông Ba có mạnh giỏi không? - Nhài hỏi như hụt hơi.

- Dượng anh biểu, đưa Lài cái nầy, chút đỉnh làm vốn, - Hai nâng niu trang trọng, đưa cô cây vàng gói trong giấy thiếc.

- Không, anh lầm rồi. Tui không can hệ chi mô, - Nhài đẩy lại gói thiếc, như phải bỏng. - Anh về đi. Cảm phiền, để tui yên ổn mần ăn. Tui không dính líu chi đến chánh trị, Việt Cộng mô, - Nhài quầy quả đuổi Hai và tức tưởi khóc.

Hai thấy tồi tội và ngượng ngùng, lặng lẽ cầm cây vàng về đơn vị, chờ dịp khác. Nhưng lần sau ra, quầy bar của Nhài đã sang nhượng cho người khác. Hỏi mấy, chủ mới cũng không nói.

Hai buồn da diết, chẳng lẽ, cô ta nghĩ mình là kẻ giăng bẫy? Ớ, có lẽ sắc lính thủy quân lục chiến khiến cô sinh nghi, chứ là anh dân vệ chẳng hạn, thì cô dốc bầu tâm sự không chừng. Mấy bữa nay, nghe tin chiến sự trên cao nguyên Trung phần, có chiều hướng xấu, mình cứ cầm vàng thế nầy, rớt là phiền, biết ăn nói thế nào khi gặp dượng?

Bước chân vô định đưa Hai qua cồn cát. Cát trắng đến nhức mắt. Cái nóng miền Trung thiêu đốt, tưởng bốc cháy hóa thành tro tất thảy. Kìa, dặng phi lao và biển cả. Tự dưng, cái nắng nóng như dịu đi, không biết là gió biển, hay do cảm giác khi nhìn thấy nước... Những con sóng đang xô bờ, nghe tiếng rì rào xa xăm, như tiếng người xưa vọng về. Từ ngày ba mất, má buồn, hai anh em hụt hẫng, căn nhà trở nên trống vắng. Thế rồi ông Ba thành cha dượng, gia đình chuyển sang một trang mới. Ông Việt Cộng nòi, thế mà dễ thương, bởi sự thực lòng. Con người ta ở với nhau, làm bạn với nhau là nhờ tấm lòng.

"Trời đất quỷ thần ơi", bất chợt, Hai nhớ má hay la lên như vậy. Chỉ có dăm bữa nửa tháng mà dòng người di tản đã đầy nghẹt thành phố. Từ một anh lính thiện chiến, Hai phải quăng đồ thoát thân, ve sầu lột xác. Hai chạy ra bãi biển, toan nhảy xuống tàu, vô Sài Gòn.

- Anh Hai! - Có tiếng gọi thất thanh, lẫn trong tiếng súng và tiếng động cơ tàu biển và tiếng người ơi ới, náo loạn.

- Lài! - Hai ngoảnh lại, nhận ra cô Nhài bán bar. Cô hớt hải chạy trên bờ biển, nhưng không hiểu sao, anh lại gọi trúng tên giao liên của cô.

- Tàu, thuyền chìm nhiều lắm, anh Hai! Phần trúng pháo, phần đông quá mà lật. Sao mà dân mình khổ quá chừng, - cô nức nở khóc.

- Lài! - Hai nhắc lại như khẳng định, - Nè! - Hai móc túi áo ngực, lôi thỏi vàng ra đưa cho cô.

- Trời đất! Mạng sống bây giờ là trọng, anh còn cầm vàng mà chi? - Cô nghẹn ngào.

Khi hai người dắt nhau chạy ngược vào cồn cát, xa thành phố, Lài mới thú nhận, cô đi tìm anh và tin anh thế nào cũng quanh quẩn ở bờ biển này thôi.

Đêm ấy, trong tiếng ùng oàng của trọng pháo, hai người đã hóa thân vào nhau.

- Phải vô Sài Gòn, tử thủ! - Hai tuyên bố hùng hồn.

- Em sợ, biệt động thành phát hiện, sẽ thủ tiêu... - Lài lo lắng.

- Nhưng anh phải đi theo tiếng gọi sơn hà đang lâm nguy, - Hai khảng khái. - Hết chiến chinh, anh ra đón em!

Lài khóc như mưa, như gió.

- Anh sẽ tìm đến quán bar cũ, hay cồn cát nầy! - Hai hẹn ước.

Lài gật đầu, nước mắt lã chã. Hai lặng lẽ tháo chiếc nhẫn có cặp số "2.2", trao cho Lài.

*

Lẽ ra, Hai về nước cùng chuyến với má và em gái út, thì nhất định sẽ lục tung cả thành phố Đà Nẵng lên, để tìm Lài và lại có thể thấy có giọt máu rơi, hồi chiến chinh loạn lạc, bên phi trường. Nhưng Hai không được nhập cảnh, nên đành nói lại sự tình với má và em, nhờ ghé qua chốn cũ, biết đâu ông trời run rủi...

Bà Phát và Út Lan không biết cái cồn cát định mệnh ấy ở chỗ nào, nhưng quán bar bên sân bay, thì có thể tìm. Hai mẹ con lơ ngơ "dạo bước dòng dòng", chợt thấy một cửa hiệu bán đồ đá mỹ thuật, trang sức trưng biển: "Lài - Giao liên". Có một thằng bé con, độ vài ba tuổi lẫm chẫm đi ra đi vô như thể dẫn dụ, mời chào.

- Trời đất quỷ thần ơi! - Bà Phát la lên, muốn té xỉu.

- Má! - Út Lan vội lao đến đỡ. - Má, có sao không?

Nghe tiếng huyên náo, một chàng thanh niên trong cửa hiệu chạy ra. Hiểu cơ sự, anh ta vội kéo ghế và bưng ly trà mời bà cụ. Bà Phát và Út Lan nhìn chòng chọc vào thằng cu và chàng thanh niên.

- Ủa, hai cha con hả, bay? Giống nhau quá chừng là giống! - Út Lan mau miệng.

- Dạ! - Chàng thanh niên có vẻ tự hào, pha chút ngượng ngùng.

- Giống thằng Hai dữ quá ta! - Bà Phát nói nhỏ với Út Lan.

- Dạ! - Út Lan ý tứ chỉ cái biển hiệu, - có thể, chị ấy cố ý đề thiệt tên mình, để đợi chờ...

- Con tên chi? - Bà Phát thân mật hỏi chàng thanh niên.

- Dạ, con tên Được, - chàng thanh niên bẽn lẽn trả lời.

- Nhỏ kêu tên chi? - Bà Phát lại chỉ đứa bé, nó vẫn lẫm chậm chạy ra chạy vô và cười cười với cái bóng vô hình nào đó.

- Dạ, chưa có tên...

- Má Lài đâu ta? - Bà Phát hỏi thẳng chàng thanh niên.

- Dạ! - Chàng thanh niên lưỡng lự nhìn vào bàn thờ treo trong nhà, rồi nhỏ nhẹ. - Dạ, má con bị tai nạn giao thông, mới mất...

Bà Phát và Út Lan rụng rời chân tay.

Rồi, như sẵn có mối dây liên hệ máu mủ, chàng thanh niên kể về má mình, y như ông Ba đã từng kể cho hai má con bà Phát nghe. Má con phải trưng cái biển hiệu để chờ ba con trở lại tìm kiếm, cũng là lấy chỗ bán hàng. Trong khi hấp hối, má con kịp trao lại cái nhẫn mà ba con tặng hồi xưa. Bà Phát và Út Lan ồ lê kinh ngạc, khi nhìn thấy lòng nhẫn có cặp số "2.2".

Bà cháu hàn huyên, tin nhau đến tám, chín phần, nhưng mưu sĩ Phát vẫn bảo Út Lan lén lấy mẫu của hai cha con nhà nầy, để thử ADN, cho vẹn cả mười phần. Đối với Út Lan, chuyện này thật dễ dàng, chỉ có điều phải khéo léo và hợp lý, kẻo bị phát hiện thì cha con thằng Được phật ý, có khi xa lánh không chừng.

2.

Đây là lần thứ hai, Hóa đổ bộ đến xứ Tuyên.

Lần đầu, như một thằng cha căng chú kiết, nhưng Hóa đã chiếm được vợ bạn, để lại thằng con thánh nhân chết yểu.

Lần này, Hóa mưu tính sẽ thâu tóm công ty, lập doanh nghiệp lớn nhất xứ, cho thiên hạ coi. Nhưng vừa xuống sân bay Nội Bài, Hóa đã gặp ngay gã thám tử.

Khốn nạn thật, thằng cha này, lúc thì như vị cứu tinh, khi thì như ma ám. Dính vào nó là không gỡ ra được. Theo nó, như đi trên dây, lúc nào cũng căng thẳng y như đang thực thi một điệp vụ nào đó, nhưng thực ra là không có gì. Như một kẻ bị tâm thần phân lập, lúc nào cũng nghi ngờ, cảnh giác với kẻ địch vô hình, rồi tưởng tượng ra đủ mọi thứ đối tượng có thể tấn công nó, hoặc bị nó tấn công lại. Cuối cùng, không thấy gì, chỉ thân làm tội đời. Nhưng máu hoang tưởng, tình báo, thám tử, luôn u mê điệp vụ là một hội chứng của không ít người trong xã hội cộng sản, theo hắn, cần phải có bệnh viện chuyên khoa chữa trị

Nếu lập được bệnh viện chữa trị bệnh hoang

tưởng, thì sẽ nhét ngay gã vào và khóa chặt cửa lại, để gã không thể thoát ra, làm hại người đời. Ở trong đó, gã có tha hồ viết sách giáo khoa dạy nghề tình báo, thám tử, viết văn chương vụ án hình sự ba xu, hoặc vẽ ra viễn cảnh thiên đường cho xã hội loài người. Nơi đó, "của cải tuôn ra dạt dào như nước suối ban mai"... Mặc sức!

Đất nước này, thế giới nọ, có bao kẻ sống trong hoang tưởng và có biết bao người dựa vào lũ hoang tưởng đó để đầu cơ, trục lợi trên xương máu và mồ hôi dân chúng. Có thời, sự hoang tưởng mưu toan thống trị thế giới.

Chương hai mươi ba

1.

Vừa trải qua cú sốc Hà Nội, Hóa lên xứ Tuyên như một cái xác không hồn.

- Phải qua bao nhiêu nước châu Âu, đặt mối quan hệ làm ăn lâu dài, rồi lại tìm nguồn hàng, bã cả người. - Hóa giáo đầu, vừa để thanh mình và kể công.

- Sang Mỹ chưa? Có khi lại có cơ làm ăn lớn, - Quang thật thà hỏi, nhưng Hóa cảm thấy như sự mỉa mai.

- Cô Út Lan, hoa khôi Sài Gòn đã lên xứ Tuyên rồi đấy, - Làn liếc mắt nhìn Hóa thăm dò, nhưng xem chừng anh chàng có vẻ thờ ơ, nên cô cảm thấy an lòng.

Không biết do lơ đãng, hay bản lĩnh thần kinh thép, mà khi nghe Làn nói cạnh khóe, Hóa vẫn điềm nhiên. Đó là một chiêu trò đáng đồng tiền bát gạo. Bởi khi Hóa hé lộ ý định mua nhà xưởng, mở rộng doanh nghiệp là Làn hưởng ứng đồng tình ngay. Quang thì quan tám cũng ừ, quan tư cũng gật. Nhưng Tuyên đắn đo, lo doanh nghiệp bị thao túng thì ít, mà lo gia đình Quang tan đàn xẻ nghé thì nhiều. Hằng ngày, Hóa và Làn tình tứ đầu mày cuối mắt nồng nàn, làm cho Tuyên như bị mọc gai trong mắt. Mà thôi, nó ở riêng cũng rảnh, nếu cần, ta tách hẳn ra, độc lập tác chiến, xem mèo nào cắn mỉu nào. Bây giờ, doanh nghiệp chúng ông quảng cáo cả trên mạng in-tơ-nét rồi, nghĩa là ra với thế giới. Lù đù như Quang cũng đã kè kè lép-tốp, rảnh rỗi là lên mạng ngay. Ông không dùng vỏ hộp đĩa mềm đựng thuốc lá làm gì nữa, bỏ thuốc rồi. Người hiện đại, không ai chơi cái kiểu mồm ngậm thuốc, mũi nhả khói nữa đâu. Tức là chúng ông, gồm ông và Quang đã thành đại thụ. Chúng mày, gồm mày và Làn chỉ gá vào nhau thôi. Chúng mày lai ghép mọc cây mới, kệ xác. Nhưng nếu định bứng cây các ông vào vườn chúng mày, thì hãy coi chừng, cái thằng vãi đái ra quần kia, chớ vội tinh tướng. Một khi đã không ưa thì dưa có dòi. Nhìn cử chỉ, cung cách là biết ngay nó là ai. Nó sẽ làm gì? Trường đời chinh chiến và kinh doanh đã dạy cho Tuyên điều đó.

Hai thằng con trai của Tuyên đã vào đại học, khoa toán-tin. Chắc hẳn, chúng sẽ gánh vác cái doanh nghiệp này trong tương lai. Chỉ lo cho Quang độc đinh cô quả, mà Làn lại đang cùng Hóa ráo riết tách đàn.

Ngày ngày, bốn người vẫn cùng làm doanh nghiệp Vi tính- Tin học và Cát- Sỏi. Mỗi người mỗi việc: Hóa lo kế hoạch chung, Tuyên liên hệ nguồn hàng, Quang giao hàng, Làn tính toán sổ sách; rồi đến bữa cùng ăn chung một bàn. Thậm chí, tối đến, vợ chồng Quang-Làn vẫn ngủ chung buồng, nhưng Làn nằm giường đôi, còn Quang mắc võng. Kỳ thực, ranh giới bên trong chia thành hai phe đang doãng dần. Ai cũng nghĩ trong lòng, nhưng chưa muốn nói ra mà thôi.

*

Khi thấy Hóa xuất hiện trở lại, hàng phố giật mình nhớ đến thằng cu hiển thánh mệnh yểu. Sao mà giống nhau thế nhỉ, từ vóc dáng, khuôn mặt, môi miệng, cho tới mắt, mày... Đấy là nghĩ trong bụng vậy thôi, chứ không ai dám mở miệng, sợ thánh vật. Nhưng cả khi thắp hương cầu khấn thần Lời, ai cũng luẩn quẩn ý nghĩ ấy trong đầu. Qua chuyện ấy mới biết, hạng người tâm sáng thì ít, loại thóc mách ngồi lê thì nhiều, nên thần Lời có phù hộ cho cả cái thị xã này đâu. Tuy ngài ba tuổi trần, nhưng đã trải ba trăm tuổi trời, nên khó việc gì qua mắt ngài được.

2.

Chuyện Tuyên xui Làn, mang bộ vi tính biếu ông tỉnh, hòng xoa dịu cái vụ thần Lời mạo phạm và nếu thấy thuận cũng kiếm chỗ dựa để làm ăn lâu dài. Việc thành, ông tỉnh tuy chỉ bày dàn máy tính cho sang, chứ không biết sử dụng, nhưng Làn lại đứng một chân vững chắc trong cái sân sau của ông tỉnh. Chính điều đó lại báo hại cho Tuyên sau này.

Bao nhiêu mối quan hệ với giới quan chức đảng, đoàn thể, chính quyền của cả hai doanh nghiệp Vi tính-Tin học và Cát- Sỏi, đều nằm trong tay Làn cả, nên từ lĩnh vực này, có thể bắc cầu, dắt dây sang lĩnh vực khác. Khi nắm được chủ trương kiên cố hóa trường học, Hóa nảy ra sáng kiến lợp mái tôn, thay mái cọ. Nó tiện lợi hơn mái ngói và rẻ hơn bê-tông đổ mái bằng. Được ông tỉnh chấp nhận, Hóa mua tôn lá về, dựng xưởng dập thành tôn múi. Loại này mỏng hơn hàng đang bán trên thị trường, nên lợp mái trường học, thì ngày nắng như lò nung trẻ con, gặp mưa thì như đánh trống phá đám trên đầu, không nghe giảng được. Các trường kiến nghị lên phòng giáo dục huyện. Phòng giáo dục chuyển kiến nghị lên sở giáo dục. Sở chưa kịp đề đạt lên ông tỉnh, thì Hóa đã xuất chiêu rung cây dọa khỉ: "Các thầy có muốn làm hiệu trưởng, trưởng phòng và giám đốc nữa không, hả?"

Bọn nhà giáo thông minh, nghe một hiểu mười. Lời ấy, phát ra từ mồm Hóa, nhưng không phải của Hóa, mà là của ông tỉnh kia. Bởi vậy, ai nấy im thin thít như thịt nấu đông. Từ đó, phong trào tôn hóa lan nhanh ra toàn tỉnh, từ trường học cho tới bệnh xá, công sở, thậm chí, cả mái nhà dân. Bọn công an, tưởng trên giời dưới mình, tự ý mua tôn chất lượng cao, mang về cơ quan, lợp mái chống nóng tầng thượng, liền bị Hóa yêu cầu dỡ cả ra, thay lại bằng tôn địa phương. Lúc đầu, bọn này còn cứng, sau suy đi tính lại, sợ cái xảy nảy cái ung, đành cho toán thợ nhắm mắt nhắm mũi dỡ ra thay, tránh voi chẳng xấu mặt nào. Quả là một đòn chết bảy, bọn khác nhìn vào chuyện này, mất vía. Từ đó, ai nấy đều lợp mái bằng tôn địa phương của doanh nghiệp Lò Tôn. Doanh nghiệp Tôn Xứ Tuyên là ghi trên giấy tờ, văn bản và nói trong hội nghị, còn dân gian thì cứ mặc nhiên gọi là Lò Tôn.

Lò Tôn chi ra hàng trăm triệu đồng, làm cái thương hiệu "Sao vàng đất Việt", chương trình vinh danh long trọng, tại thủ đô Hà Nội, được phát trên ti-vi, khiến dân chúng ai nấy đều kinh hãi. Những cây cọ từ ngàn đời dâng lá lợp lều nương, mái nhà sàn. Bây giờ, tự dưng thừa ra, già khô, héo úa, nom như những cô gái lỡ thì trong các lâm trường, khiến ai nhìn thấy cũng cám cảnh.

3.

Làn vừa đứng lên bàn cân đồng hồ, vội nhảy xuống, tưởng giẫm phải tổ kiến lửa, sao tăng cân nhanh thế nhỉ? Mấy cô bên ủy ban dân số rỉ tai nói nhỏ, muốn giảm cân hiệu quả nhất, không gì bằng tham gia môn thể thao quốc phòng trên giường. Về cái khoản này thì cô và Hóa đều có năng khiếu và phối hợp khá ăn ý, khi hạ các khoa mục và thường xuyên hơn vợ chồng là đằng khác. Nhưng Hóa xem chừng đã xuống sức. Đàn ông ngoài bốn mươi giảm cái khoản ấy, đằng này, Hóa đã cập tuổi lên lão. Hay tại mình đã dày mỡ da bụng, có khi phải tập thể dục thẩm mỹ hỗ trợ, kẻo Hóa chán thì không còn đường quay về với Quang nữa rồi. Cái con Út Lan có phom người đẹp thật, nom rất ga-re-pho, đàn bà như mình còn mê đến phát ghen, nữa là... Tình cũ không rủ cũng tới, biết đâu, những chuyến đi nước ngoài như đi chợ của Hóa, lại chẳng gặp nhau. Mà anh ả đã gặp ở Đức rồi đấy thôi. Bây giờ, chàng này có thể quơ hàng bao tải không hết gái; nom phong độ, chủ doanh nghiệp, lại có mối thân cận với ông tỉnh, khối nàng hiến thân để cầu tài, lộc, danh vọng ấy chứ. Mình ngu thật, chuyển giao hết các mối quan hệ làm ăn, nên tự dưng thừa ra. Không thể để Hóa chê, chán. Ý nghĩ đó chưa bao giờ xuất hiện, khi sống cùng Quang bấy nhiêu năm trời.

Cô thực hiện chế độ ăn kiêng và tập thể hình, giảm béo. Có lúc chạnh lòng nghĩ, thời xưa, gầy như con cá mắm, muốn ăn cũng chẳng có. Mà sao hồi ấy mau đói và quần áo chóng rách thế? Bây giờ, thừa mứa thức ăn lại phải tự bóp mồm bóp miệng, quần áo mới sờn đã thay, ních hàng mấy tủ, cho chẳng hết. Có cái mua về, chỉ mặc một lần, ngắm trong gương, rồi treo vào tủ và không bao giờ mặc lại nữa.

Hóa không béo, chỉ có đẫy ra chút ít, nom càng bệ vệ. Có hôm, đi tháp tùng ông tỉnh xuống địa bàn, khảo sát chuẩn bị xây dựng trang trại bò sữa, dân quê lại xúm vào bắt tay Hóa. Ông tỉnh gầy nhom và nhỏ thó, người ta lại tưởng lái xe. Đến lúc Hóa trịnh trọng giới thiệu, mọi người mới ngã ngửa người ra mà ngượng. Hóa cảm thấy kiêu ngầm. Có cơ hội, thì mình cũng hàm thứ trưởng như mấy thằng bạn ấy chứ, kém gì nào?

- Doanh nghiệp nhà mình phải khẩn trương sản xuất thêm nhiều tôn múi, - Hóa bàn với Làn.

- Còn ứa, mà người ta kêu ca quá rồi! - Làn phân vân.

- Ông tỉnh bảo, sắp nhập hàng ngàn con bò sữa. - Hóa bỏ ngoài tai lời phàn nàn của Làn, - mặc kệ nó, kẻ nào kêu, tai liền mồm, tự nghe, vía mà dám đụng vào ông tỉnh. Mình cứ thế ào đi. Thời cơ thuận lợi, có một không hai, về sau không thể có như kiểu làm ăn thế này được nữa. Mà bận này là bò, chứ không phải người. Bò thì ngu hơn người là cái chắc, kêu gì? - Hóa cười đắc chí.

- Vơ cả nước cũng không đủ ngần ấy con bò, - Làn nghi hoặc.

- Mua bên Úc, chở tàu biển về, - Hóa tỏ ra am hiểu chuyện cung đình.

- Chở về Nam, rồi chuyển dần ra Bắc à? Cách nhau hai chí tuyến Nam Bán Cầu và Bắc Bán Cầu cơ mà, - Làn tỏ ra vẫn nhớ môn địa lý phổ thông. - Một tiền gà, ba tiền thóc.

- Sao rắc rối thế? Ông tỉnh bảo, chở thẳng về càng Hải Phòng, rồi cho ô-tô rước về xứ Tuyên.

- Theo Mít-su-rin, phải di chuyển động, thực vật thích nghi dần từng đới khí hậu chứ? - Làn vẫn say sưa với lý thuyết thời học trò. - Định đi tắt đón đường à? - Cô mỉa mai, ám chỉ hành vi kẻ cướp.

- Chẳng có thuyết nào bằng chủ trương thị trường định hướng xã hội chủ nghĩa. - Hóa nói trắng phớ.

- Thị trường là thị trường, lại còn vẽ rắn thêm chân. Lạ kỳ?

- Thị trường xã hội chủ nghĩa là chụp giựt theo nhiệm kỳ. Phen này, ta sẽ thắng thầu làm mái tôn chuồng bò. Mái tôn cho mấy ngàn con bò, vị chi là... Chà chà... "Cô em xinh tươi má lúm đồng tiền...", - đột nhiên, Hóa véo von bài hát của lính *Tôi là Lê anh nuôi*[13] và bẹo má Làn một cái, đầy phấn khích như trở lại tuổi xuân.

*

Đoàn xe đi đón bò Úc là những chiếc xe ô-tô siêu trường, siêu trọng nối đuôi nhau, dài như một đoàn tàu hỏa. Xung quanh bên trong thành xe có bọc đệm mút, tránh cho bò bị trầy xước da và lông. Đi đầu là xe ô-tô

---

(13) Lê Anh Nuôi, nhạc và lời : Đàm Thanh

cảnh sát hụ còi, quay giá đèn xanh, đỏ dẫn đường. Xe thú y chở thuốc thú ý và bác sỹ thú ý đi chăm sóc dọc đường. Hóa nghĩ, chỉ thiếu đội kèn đồng và những bó hoa tươi nữa, là những con bò Úc châu, chẳng kém gì nguyên thủ quốc gia. Hóa sướng rên, khi thấy hàng ngàn con bò lục tục bước vào chuồng lợp tôn, ngỡ như đón hàng ngàn cô dâu về nhà chồng. Ồ, đời mình đã đi qua ba cô gái, sống như vợ chồng, nhưng chưa hề đón dâu bao giờ. Không biết Liên, Út Lan và Làn có thèm muốn giây phút thiêng liêng như hàng ngàn con bò kia không?

Hàng ngàn cô dâu Úc cho sữa, dân xứ Tuyên có tắm sữa cũng không hết.

Hội nhập thế giới, chúng ta làm bạn với đàn bò Úc châu.

Hội nhập thế giới, chúng ta có mấy vạn cô gái đi lấy chồng Đài Loan, Hàn Quốc. Họ có được các chú rể đón tiếp trọng thị như thế này không?

Hội nhập thế giới, chứ quyết không hòa tan, nhập bò sữa về và xuất đàn bà, con gái đi.

"Chúng ta là những con bò... ", Hóa chợt nhớ chương trình quảng cáo trên ti-vi, với những chú bò vui nhộn: "Chúng ta là những con bò, con... bò!"

Thực tế làm cho sáng mắt ra, xứ Tuyên chỉ có thể sản sinh được con gái đẹp, chứ không nuôi được bò sữa Úc châu. Cụ tổng nói, ta vừa đi vừa mở đường, vừa làm vừa rút kinh nghiệm. Đàn bò sữa Úc châu, sau khi hóa giá bán tống bán tháo, lỗ vốn mấy trăm tỷ đồng. Một hội nghị rút kinh nghiệm sâu sắc được tổ chức, ai nấy đánh giá cao tinh thần cách mạng tiến công, dám nghĩ, dám làm của ông tỉnh. Ông được thưởng huân chương lao động và nghỉ hưu, chuyển về Hà Nội dưỡng già, cùng với đồng nghiệp trên khắp miền đất nước hội quân.

Tự dưng, Quang vằn mắt lên chửi đổng:

- Đ. mẹ chúng nó! Thế này thì thằng đ. nào cũng làm ông tỉnh được! Thằng đ. nào cũng dắt dân lên chủ nghĩa xã hội được!

- Đừng nóng, - Tuyên ôn tồn nhắc nhở. - Vạ miệng có ngày!

- Có gan, cướp ngân hàng, lấy mấy trăm tỷ, cũng khác gì bọn này, nào! - Quang bức xúc đến nỗi, mặt tím tái, nom như bầu trời sắp nổ ra sấm sét.

- Khác chứ, - Tuyên buồn cười, nói mỉa. - Cướp nhà băng, lấy được tiền tỷ. Khi vào tù, thì tiền cũng bị tịch thu. Kết quả là kẻ cướp bị bắt mà ngân hàng không thất thoát tiền bạc. Còn làm dự án, được tiền tỷ và huân chương, lại về thủ đô. Đấy!

- Cũng là cướp cả chứ gì? - Quang vẫn tức tối, không hiểu thâm ý của Tuyên, - chỉ có điều, một đằng làm quan thì mỹ miều, một đằng làm cướp thì bặm trợn. Một đằng, dân bị móc túi mà vẫn phải ca ngợi sự sáng suốt của bọn cướp. Một đằng bị nguyền rủa, tội nghiệp bọn cướp nhà băng!

- Ố hố hố! Làng nước ơi, đến mà xem ông Quang. Ông ấy đang rủ lòng thương bọn cướp đây này! - Tuyên cười bò ra.

- Đ. chửi tục, đ. chịu được, - Quang lủng bủng, nhưng có vẻ đã nguôi cơn giận.

Chương hai mươi tư

1.

Thủy Chung thường vào Gúc-gồ, đánh tên "Nguyễn Quốc Hóa" để tìm hiểu thông tin về người bố kính yêu. Cô tìm mãi, thành thói quen, cho đỡ nhớ mà thôi. Chứ cô thừa hiểu, tình báo viên không mấy khi mang tên thật và không công khai về quá trình hoạt động. Nhưng thỉnh thoảng, cô thấy có bài của cộng đồng người Việt, ở châu Âu, viết về một người có tên như bố, với nội dung không thể hoan nghênh và lời lẽ ngôn từ mang tính thóa mạ. Nếu không có hình ảnh kèm theo, thì cô không tin, đó là bố của mình. Tấm ảnh bố chụp chung với mẹ, thuở sinh viên Pra-ha và ký ức lần đầu gặp bố, ở nhà bạn học của bố mẹ, thì không thể lầm được.

Một lần, cô bỏ qua, chuyện tầm phào. Hai lần, cô phân vân, hay là kẻ xấu bôi nhọ, hoặc do tổ chức dựng lên để dễ bề che mắt địch. Ba lần, cô nghi ngờ và ngầm khẳng định về bố đúng như thế, như thế... Chả lẽ, bố cô, một cán bộ tình báo lại đi làm ăn chụp giật, lừa thầy, phản bạn, sống phóng đãng đến độ? Cô ước, nếu gặp bố, sẽ hỏi thẳng cho ra môn ra khoai, xem thế nào?

Và, cô không phải chờ lâu, thám tử lù lù dẫn bố cô đến. Lần này, bố con không phải e dè. Cô khóc như mưa, báo tin, mẹ Liên đã mất. Mẹ sống với niềm tin hy vọng vào bố. Trước khi mất, mẹ vẫn tự hào về bố.

- Bác đã kể hết về mẹ cháu, cho bố cháu nghe rồi, - thám tử chen ngang vào câu chuyện. - Bố cháu cũng chỉ tranh thủ ghé thăm, phải nhận nhiệm vụ mới, đi công cán xứ Tuyên...

Nghe vậy, Thủy Chung ngẩng phắt đầu lên, nhìn Hóa:

- Bố! Bố nói thật đi! Bố có phải là cán bộ tình báo? - cô cật vấn quyết liệt, thẳng thừng.

- Ừm... - Hóa tắc cổ, không nói được câu nào.

- Đấy không phải là chuyện của cháu! - thám tử xông vào cướp diễn đàn, cứu Hóa.

- Đây không phải việc của bác! - Cô cũng kiên quyết giữ trận địa. - Bố nói thật đi, hay bố lừa... - Cô uất hận, mắt nảy lửa.

- Tha lỗi cho bố, tại bác này, chứ bố có biết gì đâu về chuyện tình báo tình bủng... - Hóa thở hắt ra. - Ban đầu, ngỡ bạn bè đùa cho vui, ai ngờ, mù quá hóa mưa.

- Ối giời đất ôi! Ối mẹ Liên ơi là mẹ Liên! - Cô khóc như tiếng chuông đoạn hồn, thỉnh lên cõi linh thiêng, những lời cuối cùng của đời mình.

- Con! Con ơi! Con và mẹ Liên tha lỗi cho bố nhá, - nói đoạn, Hóa lập cập mở va-li, cầm một bọc tiền, đặt lên bàn thờ Liên và thắp hương.

Thủy Chung vùng dậy như một con điên, ném bọc tiền ra cửa, rồi lại gục vào bàn thờ, nức nở khóc không nên lời. Y như hôm nào, cô gục trên quan tài mẹ, trước giờ đưa vào đài hóa thân hoàn vũ.

Thám tử lui cui nhặt bọc tiền cho vào va-li của Hóa, rồi lặng lẽ kéo nhau đi.

Hóa ra bến xe khách Mỹ Đình, ngược xứ Tuyên lần thứ hai. Ngồi trên xe chất lượng cao, ghế đệm êm ái, điều hòa nhiệt độ mát lạnh, nhưng lòng dạ rối bời, nửa choáng váng bị bóc mẽ trước con gái, giọt máu rơi ở Pra-ha năm nào, nửa lại nhớ đến Làn. Khi xe chuẩn bị xuất phát, gã thám tử lại nhô mặt lên, gọi. Hóa cáu:

- Thôi đi ông!

- Có chuyện quan trọng! Xuống xe! Rất quan trọng!

- Sắp chạy rồi, để khi khác! - Hóa ngoảnh mặt đi, không thèm tiếp chuyện.

- Xuống ngay! - Gã thám tử bệnh sấn xổ xông vào kéo Hóa xuống, tay phụ xe không kịp cản. - Con bé tự vẫn, giải cứu được rồi, đang trong viện...

Hóa chỉ kịp "ối" lên một tiếng, rồi ôm mặt khóc hu hu, mặc cho gã thám tử xách va-li và lôi xuống xe. Tay phụ xe chửi theo: "Mất cha nó một thằng khách!".

2.

Hằng ngày, Tuyên và Quang đều vào mạng, trả lời thư từ trao đổi của khách hàng. Bỗng Tuyên kêu to:

- Quang, Út Lan nè! - Tự dựng, Tuyên nói kiểu Nam Bộ.

Quang ghé mắt vào màn hình, chỉ thấy loang loáng, lờ mờ, vội hỏi Tuyên:

- Ông cho mượn cái kính. Kính tôi bỏ đâu... - Quang quờ quạng nắn nắn túi áo.

Tuyên vội gỡ kính, vừa nhường ghế, vừa tròng vào mắt cho Quang, lại vừa nói:

- Cô nàng xin địa chỉ hộp thư riêng, hẳn là trao đổi tình cảm. À hà, tay này vẫn tẩm ngẩm tầm ngầm...

Một lúc, Quang quay lại, lục xục mở lép-tốp của mình, lòng bồi hồi đoán già đoán non, không rõ Út Lan định nói chuyện gì? Quang gửi i-meo đi và ngả lưng ra ghế, chờ. Hình ảnh đêm Thổ Sơn hiện về. Chưa bao giờ Quang thấy đàn bà rên dưới bụng mình, rồi lại rùng mình như thế. Người ta nói, đó là dấu hiệu báo sự thụ thai. Phải chăng, Út Lan muốn nói chuyện liên quan đến cú rùng mình ấy, chứ chẳng ai lại nói về chuyện rên rỉ?

Và, y như rằng, hình như cô đã chuẩn bị từ trước, chỉ chờ có cái thư mang địa chỉ i-meo của Quang là hồi đáp ngay tức thì. Hình ảnh Út Lan tươi cười, bế thằng bé con bụ bẫm, cố tình để hở "quả ớt" ra và bức thư:

California, ngày hòa hợp...

Anh thương!

Anh còn nhớ đêm Thổ Sơn đó chăng? (Vừa nhớ xong, Quang lẩm bẩm). *Và, kết quả như tấm hình đó!*

Em đã kiểm tra ADN của anh và thằng cu Sơn rồi, Trúng phoóc! (Lạ kỳ, Quang cắn môi suy nghĩ). *Em lấy mẫu của anh ngay lúc ấy...* (Trời đất quỷ thần ơi! - Tự nhiên, Quang kêu lên như kiểu bà Phát, - thì ra, cô ta có chủ định trước, thế mà còn làm bộ làm tịch mãi. Mình vẫn ngu lâu).

Em hôn anh!

Bé Sơn hôn bố, nè!

Út Lan.

- A, ha ha! - Quang khoái chí, ngửa cổ kêu to, hai bàn tay vung loạn xị trên đầu, như kiểu hải quân đánh tín hiệu moóc.

Tuyên vội chạy đến, ngó vào màn hình và đấm cả hai tay lên vai Quang.

- Giỏi! Thế là giỏi! Rót rượu ngô Nà Hang, ngay và mau! - Nhưng chợt Tuyên lặng đi, thủ thỉ, - thế, nghĩa là cô ta có nhiều bạn trai. Mà cũng phải thôi, xinh đẹp thế, lại trên đất tư bản đầy cám rỗ. - Tuyên lại bao biện cho Út Lan, - nhưng việc công bố kết quả xét nghiệm, là cái thòng lọng quàng vào cổ cậu đấy nhá. Đáo để thật!

- Anh cứ hay lo xa. Em cứ theo phương châm, bấc đến đâu, dầu đến đấy, - Quang vẫn vô tư.

Thế là từ đó, hễ rảnh, là Quang lại vào mạng với Út Lan. Cả hai, cách xa nhau hàng ngàn cây số, mà tưởng như đang kề bên. Mấy nhà hàng phố, cả tuần chả nhìn thấy mặt nhau, khi cần mới "ới" một câu. Thế mà, cách cả Thái Bình Dương, nhưng lại như là đang chung phòng. Thằng cha nào nghĩ ra cái trò mạng mủng, chát chít này, quả là kỳ tài, có khi hơn mình! Quang cười đắc chí, ngỡ mình đã làm bố thiên hạ. Thế sao, mình với Làn, mãi mà không đậu nhỉ? Hay bởi Làn không biết dẫn dụ lên đỉnh thiên đàng như kiểu Út Lan? Quang hồi tưởng lại cảm giác đê mê, mà chỉ với Út Lan mới có và chỉ cô ấy mới làm được. Mình bế nàng lên núi, còn nàng nâng mình lên đỉnh trời. Hay là, mình sang quách bên Mỹ, sống với cô ấy và thằng cu Sơn. Ngày ngày, cứ nhìn thấy thằng Hóa, với con Làn, thấy ghét quá đi mất. Nhưng chả lẽ, bỏ lại bác Tuyên một mình? À, khi nào hai thằng cu nhà bác ấy tốt nghiệp đại học, thì để lại cơ ngơi này cho bố con bác Tuyên và tếch!

Chương hai mươi lăm

1.

- Theo nguồn tin tình báo, - Hóa nháy mắt với Làn, kiểu bông đùa. - Quang và Út Lan đã có con trai, - Hóa lại nghiêm mặt, vẻ quan trọng.

- Quang đi Mỹ bao giờ đâu? - Làn thất thần hỏi lại.

- Em chẳng nói với anh, Út Lan đã sang xứ Tuyên rồi đấy thôi, - Hóa vặc lại.

- Nhưng mà, mẹ con nhà ấy ở khách sạn, còn Quang thì ở bên Cát-Sỏi với Tuyên suốt đêm? - Làn nhớ lại. - Em không rời mắt cho đến khi cả hai thằng đi ngủ cơ mà, - Làn nghiến răng tức tối.

- Chỉ cần ngoáng một cái, ba mươi phút chứ mấy, - Hóa lọc lõi.

- Khốn nạn... - Làn gầm lên, ghen tức. - Nhưng mà, có thật không?

Hóa không nói không rằng, chìa cái ảnh màu và bức thư vớt trộm từ trên mạng.

- Trời ơi, nó còn tự đi xét nghiệm ADN nữa cơ à? Con này ma ranh đến thế là cùng. Thế mà lúc nào cũng tỏ ra thùy mị, nết na, - Làn càng nói, càng thấy mình thua kém. Cứ tưởng xỏ mũi được Quang, ai ngờ bị Quang dắt mũi mà không biết. Thảo nào, thấy Hóa và Lan như lêu lêu trước mặt, thế mà Quang có mắt như mù. Thì ra, nó không chấp, làm ngơ hay coi khinh? Thâm thật...

- Bây giờ, là lúc ra tay. - Hóa tính kế, - em dùng thư và ảnh này, bóc trần bộ mặt đạo đức giả của tay Quang, đòi ly hôn.

- Chẳng ly thân từ lâu rồi! - Làn liếc Hóa, sắc lẻm như ngụ ý rằng, từ khi anh trở về kia mà.

- Đó là tình cảm và... - Hóa lưỡng lự, tìm từ ngữ phù hợp, kẻo phật ý Làn, - thể xác. Còn đây là thủ tục pháp lý, liên quan tài sản.

- Chẳng liên quan gì sất cả. - Làn vênh mặt, - hàng phở thì mẹ em để lại cho em thừa kế. Trước khi sang Bằng Tường, mẹ đã viết giấy, em xin dấu má đầy đủ rồi, tên em.

- Em đã đi trước một nước. - Hóa chợt chạnh lòng, nghĩ phận mình, - nhưng còn công ty, doanh nghiệp.

- Cát- Sỏi, Vi tính- Tin học đều đứng tên em đăng ký, - Làn đắc chí

- Tài sản? - Hóa gặng.

- Mấy đống cát, sỏi với một lô màn hình, máy cũ bày làm hàng, đáng kể gì...

- Bây giờ, ta ra tay, thu về một mối, - Hóa bày mưu, kẻo lúc con lão Tuyên tốt nghiệp ra trường, tướn lên đây mở công ty, rồi kéo bố chúng nó và tay Quang sang, là ta "bó tay chấm com" (botay.com) đấy!

*

Hóa lánh mặt.

Làn lu loa chuyện bức thư và tấm ảnh, gửi từ Ca-li-phoóc-ni-a, để cho mọi người thấy là Quang ngoại tình, phản bội và đòi ly hôn. Quang vô tư, ký đơn luôn. Thế là, chỉ trong vòng một ngày, Quang và Tuyên đã phải cuốn gói rời khỏi quán phở bà Múi, cũng là nơi đóng trụ sở công ty Cát-Sỏi và cửa hàng doanh nghiệp Vi tính-Tin học.

Quang lại trở về tá túc trong căn nhà xưa của bố mẹ đẻ. Mãi đến khi anh nằm trong quan tài, Hóa mới lật đật tới và than khóc bi thương. Tuyên biết, Hóa còn viết đơn nặc danh, vu cho Quang làm gián điệp Mỹ, thông qua đường dây Út Lan, qua Ca-li phoóc-ni-a, để mưu toan tống bạn vào tù, cho được rảnh tay làm ăn và chiếm Làn, cùng với cơ ngơi.

Tuyên chỉ trở lại xứ Tuyên, khi nghe tin Quang mất, rồi lại xuống Hà Nội. Hai con trai đã tốt nghiệp đại học, mở công ty phần mềm. Ba bố con thuê một căn nhà nhỏ, làm chỗ tá túc và bày máy móc. Việc kinh doanh được tiến hành trên mạng là chủ yếu.

2.

Trong thời gian tưng bừng dự án bò sữa, Hóa thấy một chuyên gia giống Giôn đến lạ kỳ. Cả cái ánh mắt xanh cũng tưởng như cùng một người. Chẳng lẽ, Giôn sống lại. Nó đã chết vục mặt xuống nước cơ mà?

Lân la hỏi, Hóa mới biết, tay chuyên gia kia là em trai Giôn. Hóa ngỏ ý đưa tay chuyên gia đi tìm hài cốt anh trai. Thêm mối quan hệ, Hóa tư vấn cho ông tỉnh nhập thêm mấy chuyến bò Úc nữa. Dĩ nhiên, Hóa có phần, không phải là bò, hay sữa, mà là tiền. Người xưa có câu, tiền trong nhà tiền chửa, tiền ra ngoài cửa tiền đẻ, Hóa ngẫm quả không sai, nhưng chửa ở chỗ ông tỉnh và đẻ ở Úc châu thì nhất trần đời.

Hóa nhớ, cái bận đưa em Giôn đi tìm hài cốt. Trở lại chiến trường xưa, mà mãi mới nhận ra được. Chiến tranh tàn phá dữ dội và bây giờ, những dự án thủy điện còn tàn phá hơn cả đạn, bom. Bọn đào đãi sa khoáng còn lục tung cả núi rừng. Chính sách kinh tế sai lầm, khắp nơi làm thủy điện, toàn dân đào sa khoáng mang bán quặng thô sang Tàu, làm cho cảnh quan hiện ra như bối cảnh quay phim chiến tranh. Ánh mắt ám ảnh của

Giôn, luôn thường trực trong Hóa. Và lúc này, nó hiện lên như ánh sáng dẫn đường. Lần mò mãi cũng đến, nơi hố bom xưa nay đã thành bình địa. Đàn cò biệt tăm. Một không khí hoang vu, lạnh lẽo rợn người. Không biết linh hồn Giôn có đưa đường chỉ lối hay không, nhưng chuyến tìm kiếm hài cốt đạt kết quả mỹ mãn, mà không cực nhọc cho lắm. Gia đình Giôn đã từng yêu cầu chính Phủ Mỹ phối hợp Việt Nam tìm kiếm, qua các đoàn MIA(14), mở rộng ra cả miền Bắc, nhưng không ngờ hài cốt Giôn lại nằm ở Trung phần- Tây Nguyên. Có lẽ, trên đường ném bom, bắn phá trở về, máy bay Giôn bị thương... Nhưng rõ ràng, máy bay rơi và viên phi công nhảy dù, ngay trong khu vực đóng quân của đơn vị Hóa. Bộ ba Tuyên, Quang, Hóa đã tóm được Giôn và Hóa được lệnh dẫn giải, như thế, như thế...

Chiến tranh tàn bạo thật, hàng triệu người chết và bị thương, phần đông lại là trai trẻ. Bao nhiêu người, cả hai bên chiến tuyến chết mất xác, số tìm được hài cốt là cơ may, mà chủ yếu là người của phía chiến thắng, quy tập hoành tráng hàng trăm nghĩa trang, lớn nhất là nghĩa trang liệt sĩ Trường Sơn, cỡ vài vạn mộ. Còn bên thất trận, chí có cái nghĩa trang quân đội Biên Hòa, trước đây rộng mênh mông sáu chục mẫu, nay teo tóp lại còn phân nửa, chôn cất mười mấy ngàn tử sĩ. Chiến tranh ý thức hệ là cuộc chiến tàn khốc, hậu quả nặng nề và vô nhân đạo nhất trong lịch sử dân tộc. Hóa chặc lưỡi nghĩ bụng, xương cốt quan quân Nguyễn Ánh và Nguyễn Huệ, nào còn phân biệt bên địch, bên ta nữa đâu, phàm cái xác nào cũng là người nước Nam ta cả...

Sau khi tìm kiếm thấy hài cốt, thì ánh mắt của Giôn như tắt hẳn trong Hóa, sự ám ảnh gần như tan biến.

---

(14) Tổ chức tìm kiếm, trao trảo hài cốt quân nhân Mỹ mất tích trong chiến tranh Việt Nam.

Lương tâm Hóa đã thanh thản trở lại. Linh hồn Giôn đã nhập hài cốt trở về cố quốc. Viên đạn AK xuyên vào lồng ngực và nằm lại đó, như một bằng chứng rằng, Giôn đã chết trong chiến trận, dưới nòng súng đối phương, chứ không phải do ốm đau, bệnh tật.

Hóa muốn quên đi tất thảy trôi, cho tan biến vào lãng quên, nhưng gia đình Giôn lại coi Hóa như một ân nhân. Thế là Hóa có điều kiện thuận lợi mở rộng thị trường sang Úc và Mỹ. Từ đó, quan dân xứ bản địa coi Hóa là một doanh nghiệp hàng đầu, có tầm cỡ vươn ra thế giới, đứng chân trên cả ba châu lục: Âu, Mỹ, Úc.

Hóa cứ dựa mây, nương gió mà kiếm mối kinh doanh và hưởng lợi. Rồi, cả cái chuyện bất nhân, độc ác tưởng bị trừng phạt, không ngờ cũng tạo cơ hội làm ăn. Thì ra, các cụ chỉ hay dùng thần thánh, ma quỷ để hù dọa, răn đe con người mà thôi. Suy cho cùng, cũng là số trời cả. Có người sống chân thực như Quang, khôn ngoan như Tuyên, cuối cùng cũng trắng tay, thậm chí, uất quá mà chết. Còn mình, dụng mưu thì ít, gặp may thì nhiều, cứ đà thăng tiến. Ba người đàn bà đều tự đến với mình, hai đứa con, còn một. Bây giờ, đương nhiên thành ông chủ xứ mù. Nhưng tính đi lại phải tính lại, cần để mắt tới Làn và cẩn thận chuyện tiền bạc mới được, kẻo lại trắng tay như Quang, không biết chừng. Tất cả mọi thứ trong tay Làn. Mình và Làn tin nhau như vợ chồng. Nhưng trong kinh doanh, chữ tín chỉ dùng làm khẩu hiệu cho kẻ ngu mà thôi. Mình thuộc hạng ngu hay khôn?

Chương hai mươi sáu

1.

Lên xứ Tuyên, lúc chân ướt chân ráo, Hóa phải dựa vào đồng đội cũ và người tình. Khi củng cố được chỗ đứng, Hóa chèn bật Quang và đánh bại Tuyên, mà không tốn một viên đạn, giành thế độc tôn. Thế mới biết, mưu trí, thủ đoạn có lợi cho con người biết ngần nào. Nhưng đó là chuyện làm ăn hằng ngày, còn thế lực thì phải dựa vào bọn chính trị. May mà Làn sẵn có mối quan hệ với ông tỉnh. Mỗi khi chuẩn bị nhiệm kỳ mới của mấy ông, Hóa phải tính toán nhân sự và căng tai ra mà nghe dư luận của giới quan chức, xem tần số xuất hiện trên đài, báo, ti-vi và các mối quan hệ trung ương, mà dự tính nhân sự, đặt sẵn mối quan hệ trước khi bầu cử. Đồng tiền đi trước là đồng tiền khôn, ai bảo kinh doanh không cần chính trị? Đó chỉ là kiểu làm ăn cò con, của bọn buôn đầu chợ bán cuối chợ mà thôi. Đám quan chức thấy sự săn đón của vợ chồng Hóa- Làn cũng ngầm hiểu là được thêm một phiếu tín nhiệm với giới kinh doanh và một ngăn ví đã được mở sẵn, chờ đón.

Một hôm, xem ti-vi, thấy ông tổng mượt đi thăm miền Tây Bắc, giáp Trung Quốc và tuyên bố, hạn chế xuất khẩu quặng thô. Ai chẳng biết thế, nhưng sao ông này lại nói câu đó, ở đấy nhỉ? Tại sao? Quặng thô? Hạn chế xuất? Hóa vỗ trán, hàng loạt câu hỏi chen chúc trong đầu. Đúng rồi, khả năng sẽ có cuộc khai thác quặng cho Tàu. Mấy bố nói vậy mà không phải vậy. Cái trò chính trị lưu manh, nói một đằng làm một nẻo, lạ gì? Chính không lạ cái trò chơi chính trị, nên mình mới hội nhập và thành công.

Hóa tính về quặng sắt, khai thác xong làm gì? Chế biến luyện kim thì ọc ạch, cán thép phôi là chính. Phôi thép thì nhập khẩu, hoặc nấu lại sắt phế liệu. Vậy, chỉ có cách bán cho Tàu là gọn, vận chuyển qua biên giới đường bộ, gần hơn là chở xuống Hải Phòng, xuất đường biển. Nhưng chuyện này kín kẽ, bọn Tàu chẳng dại gì chiềng mặt ra, mà phải dựa vào doanh nghiệp nội địa làm bình phong. Bình phong đây chứ đâu. Hóa vỗ ngực cười, tự sướng. Nhưng gì thì gì cũng phải được ông tỉnh gật. Muốn được gật thì phải đi trước một bước. Nếu mình có một mưu sĩ như bà Phát, thì tuyệt vời. Làn chỉ lắm mẹo vặt, chủ yếu dùng ưu thế nhan sắc của tuổi hồi xuân, để tấn công mục tiêu, mà lại xác định, không còn gì để mất, thì liều lĩnh biết chừng nào. Thôi cũng được, có người bẫy chẫy, rết nhiều chân.

- Em lạnh à? - Hóa kéo tấm chăn mỏng Hàn Quốc, đắp lên tấm thân lõa lồ của Làn, tuổi hồi xuân có khác, rừng rực lửa.

- Anh tâm lý lắm! - Làn nũng nịu, cưa sừng làm nghé.

- Sắp đại hội doanh nghiệp vừa và nhỏ toàn tỉnh rồi. Có lẽ, ta xin làm đường vào núi Mụ. - Hóa thẽ thọt, bởi những vấn đề liên quan đến việc phải chi món tiền lớn, chỉ có bàn trên giường là dễ được Làn chấp nhận.

- Có cô sơn nữ nào ở chốn thâm sơn cùng cốc ấy à?

- Tiền tấn trú ngụ ở đấy, đấy! - Hóa ỡm ờ.

- Em không hiểu... - Nghe nói tiền tấn, Làn nhổm lên, gí bầu vú căng mẩy vào mũi Hóa.

- Anh tính thế này, em xem có duyệt được không? - Hóa hạ mình, như cấp dưới, khiến Làn hỉnh mũi lên. - Anh đọc tài liệu và trực tiếp khảo sát kỹ rồi, núi Mụ là vùng quặng sắt lớn nhất tỉnh. Sắp tới, thế nào cũng khai thác, mà đường dân sinh xấu ơi là xấu. Vậy nên, ta bàn với ông tỉnh làm con đường, với hình thức tri ân khu căn cứ cách mạng.

- Ngửa tay xin việc, hơi mưng quá, - Làn nằm xuống, nói như mắng.

- Biết cách ngửa khéo thì càng tuyệt vời chứ sao? - Hóa chơi chữ, ỡm ờ và xoa nhẹ lên cặp đùi tròn lẳn của Làn.

- Nỡm ạ, - Làn véo mũi Hóa, âu yếm.

- Ta mới xui một thằng cha ở xóm núi Mụ, viết bài lên báo tỉnh, kể lể công lao dân chúng nuôi giấu cách mạng, rồi kêu ca chuyện đường sá khó khăn, đề nghị tỉnh quan tâm giúp dân. Ta lại ô-kê với đứa phụ trách chuyên mục Bạn đọc trên báo, kẻo nó vứt vào sọt rác. Khi báo ra, em mang lên cho ông tỉnh, bảo là, nhà em xin góp sức mọn với các bác, giúp dân. Lão sẽ vồ lấy liền. Anh sẽ mồi cho bọn văn phòng đưa vào chương trình đại hội, ông tỉnh nêu vấn đề, anh đứng lên hứng liền. Thông đồng bén giọt, chắc hẳn anh sẽ được bầu vào ban chấp hành, mình giữ chân phó ban. Đến khi khai thác quặng, thì mình đã có thế đứng rồi, thằng nào dám nhảy vào qua mặt ông tỉnh- bà Làn nữa.

- Sao không xin ông tỉnh chân trưởng luôn cho xong? - Làn bốc máu tham.

- Mình không phải đảng viên. Chân trưởng phải là đảng viên, do tỉnh cử sang phụ trách. Vả lại, để tay trưởng giơ đầu chịu báng. Ta tung tẩy đằng sau.

- Anh tính toán như thần, hơn hẳn ông tỉnh một cái đầu, - Làn ra vẻ, biết cả tổ chấy.

- Khi bọn Tàu sang khai thác quặng sắt núi Mụ, ta đứng lên làm bình phong cho nó, bằng tên doanh nghiệp nhà ta. Chả lãi nào bằng đào quặng lên mà bán, cứ như là xúc cháo từ nồi vào bát, tính tiền. Hề, hề... - Hóa cười nịnh, ôm lấy Làn.

- Lại moi được hầu bao rồi đấy, - Làn nói như đi guốc trọng bụng Hóa.

- Thuận vợ thuận chồng, biển Đông tát cạn. - Nói xong câu cuối cùng, Hóa đã phủ phục trên bụng Làn.

- Chỉ được cái vậy là nhanh, - Làn vờ phụng phịu.

- Cái khoản này mà không nhanh, thì quá là đần.

Câu nói của Hóa, vô tình làm cho Làn nhớ đến Quang. Không, Quang không đần, nhưng quá thật thà và có chuyện gì thì thường để bụng, chứ không toang toác như Hóa.

- Sao thế? - Hóa thấy Làn không hưởng ứng, ngạc nhiên hỏi.

- Hôm nay em mệt! - Tự dưng, nước mắt Làn ứa ra.

- Nhưng mà... - Hóa lo lắng, sợ Làn thắt lại hầu bao.

2.

Thời nay, thời của vụng trộm, đi đêm, - Hóa ngẫm ngợi. Út Làn và Quang có con với nhau, cũng là kết quả mối tình vụng trộm, đi đêm. Tất cả chuyện hội hè, đình đám, họp hành là để phô diễn, công khai hóa, hợp pháp hóa, khác nào sân khấu xã hội. Còn bên trong của nó là sự móc ngoặc vụng trộm, đi đêm, phong bao, ô-kê cả rồi. Cái vụ quặng sắt này, đi đêm từ trung ương, sang Tàu, xuống tỉnh, còn huyện và xã chỉ theo đóm ăn tàn. Mình vừa là diễn viên, lại vừa là đạo diễn phải lo thầm nghĩ vụng mọi chuyện. Ông tỉnh là vai chính, nên thù lao cao ngất ngưởng. Lão mà bỏ vai, hoặc có thằng chọc gậy bánh xe là điêu đứng, có khi phải hạ màn ngay.

Việc này, để cho chắc ăn, phải có âm, dương phù trợ. Mình phải thắp hương cho đứa con yểu mệnh, hẳn là Làn sẽ hết lòng vào cuộc. Nghe nói nó thiêng lắm, bà Múi còn gọi là thần Lời kia mà.

Hình như Làn không đẻ đái được nữa. Hóa chạnh nghĩ đến Thủy Chung, đứa con rơi Pra-ha, mình không thể gặp mặt nó được nữa. Vậy của cải làm ra, rồi để cho ai, mà việc gì mình phải lao đầu vào kiếm tiền như con thiêu thân thế này? Hóa buồn, cảm thấy chân trời như đang sập xuống...

Hồi này, dân đi kiện cáo nhiều, có người còn dám kiện cả ông tỉnh lên trung ương và có đứa kiện Hóa lên ông tỉnh. Dân chúng cũng thật thà, nộp đơn xong, trở về dài cổ chờ kết quả. Nào hay, cánh theo dõi dân đi kiện đã láu cá, đút tiền cho bọn nhận đơn và thu đơn về nộp cho ông tỉnh và lĩnh thưởng. Tiền thưởng ấy lấy đâu ra? Từ hầu bao của Làn, qua bàn tay Hóa chứ của ai? Hóa nghĩ, vừa mừng lại vừa ngao ngán về nỗi thế thái nhân tình. Một vòng tròn tội lỗi xoay tít mù mà nhiều người trong cuộc cũng không thể nhận ra. Ai cầm quyền, ai cầm tiền, người đó cầm công lý. Công lý ấy phục vụ kẻ cầm quyền, thông qua đám lâu la.

Chương hai mươi bảy

1.

Ánh mắt Giôn như một cái cầu vồng, từ Tây Nguyên vắt qua bầu trời, rọi xuống Việt Bắc; chính xác, từ tọa độ chết, nối điểm di động của Hóa. Hắn cảm giác, nơi Giôn ăn đạn, trở thành ra-đa cố định, và sóng- mắt- xanh- Giôn luôn quét và bắt mục tiêu Hóa. Lúc nào bị ánh mắt ấy ám ảnh, thì lập tức, hắn nhớ đại điểm hố- bom- nước và cánh- cò- trắng- khăn- tang ấy.

Cho đến khi đoàn doanh nghiệp đi tham quan học tập miền Nam, rồi được bố trí ra thăm đảo Phú Quốc, nơi giam giữ tù binh cộng sản, trước năm 1973, thì hắn được giải tỏa phần nào. Tụi Ngụy giam giữ, tra tấn tù binh hà khắc đến thế là cùng. Bất quá, mình cũng chỉ "đòm" có mỗi một thằng, mà lại là thực hiện mệnh lệnh ngầm của cấp trên. Hắn thở phào, vợi được gánh nặng. Thế mới là chiến tranh. Chiến tranh thì tính mạng binh sĩ như trứng để đầu đẳng. Thân phận tù binh càng mong manh. Dù có Công ước quốc tế bảo vệ tù binh chiến tranh, nhưng chuyện công ước là công ước, còn thực tế cuộc chiến sinh động và khốc liệt, không ai có thể nói trước được điều gì.

Cõi âm sáng chứ không tối tăm như người trần tưởng. Tuy nhiên, ánh sáng ấy dịu mát, cảm giác như tất thảy mọi vật đều tự phát sáng, nên không đổ bóng. Không biết run rủi thế nào, mà Giôn gặp được Quang và Liên. Có lẽ, chính là khi Hóa khấn vong hồn Giôn phù hộ, trong lúc tìm kiếm hài cốt chăng? Hắn kể lể về quá trình bắt phi công Mỹ nhảy dù xuống nơi đóng quân, rồi chuyện dẫn giải và bất đắc dĩ phải thực hiện nhiệm vụ, y hệt kiểu tìm đường link trên mạng. Như bị cõi âm dẫn dụ, đầu óc mụ mị, hắn kêu cầu cả linh hồn Liên và Quang tha thứ, chứ thực lòng, không xấu bụng lừa dối ai. Khấn vong thì vong hiện, thế là cả ba vong vô tình hội ngộ.

Vong Quang và Giôn toan xông lại, vặn cổ Hóa, nhưng vong Liên và bọn quỷ đã nhanh tay cản lại. Người âm phải quên quá khứ, không có lệnh Diêm Vương, thì quỷ sứ cũng không được xuống tay làm liều. Liên ngỡ ngàng, khi nghe Giôn kể, mới biết hành động bắn lén, vô cùng hèn hạ của Hóa. Và hỏi chuyện Quang, cô mới hay, Hóa đã lập kế chiếm đoạt tài sản, vu khống chính trị, rồi đẩy bạn đến chỗ chết. Cô biết chuyện Làn lập đàn cầu khấn, cúng hình nhân thế mạng hại Quang, nhưng không ngờ có Hóa giật dây, ném đá giấu tay. Cô vẫn nghĩ, Hóa là thần tượng, người cộng sản kiên trung, nhân hậu; từng viết đơn bằng máu xin ra mặt trận, rồi gác tình nhà, ẩn mình hoạt động tình báo ở nước ngoài. Cả một đời hy sinh cao đẹp. Nhưng tại sao, bao nhiêu lần Thủy Chung cúng bái, giỗ chạp, vẫn một mực ca ngợi Hóa như một anh hùng? Hẳn là con muốn cô thanh thản, hơn nữa là giữ được niềm tin thiêng liêng nơi trần thế, để mà tự hào và an ủi thân phận. Không ít kẻ đã tự lừa dối mình, hoặc lừa dối gia đình mình, thậm chí lừa làng nước, lừa cả dân tộc và thế giới. Bao nhiêu năm, Liên và hàng triệu người dân Việt Nam vẫn đinh ninh niềm tự hào, bác Hồ là danh nhân văn hóa thế giới, xuống âm phủ học tập, mới ngã ngửa người ra, đâu phải thế. Tội nghiệp, hẳn trần gian vẫn còn lắm kẻ u mê như bọn Liên thuở nào.

*

Giôn theo đạo Thiên Chúa, nếu y chết trên chiến trường, sẽ được cha tuyên úy rửa tội. Và dù quỷ Sa-tăng có hiện hình, thì vẫn không ngăn cản được cánh cửa thiên đàng. Nhưng y lại chết bất đắc kỳ tử nơi hẻm núi, vũng nước thế này, linh hồn không siêu thoát ra khỏi nơi lam sơn chướng khí. Thì ra, trên thế gian, vạn vật đều có linh hồn, qua hàng ngàn bước trung gian, chúng kết nối lại với nhau, tạo nên vũ trụ muôn loài. Chúa sinh ra tất cả và cứu vớt tất cả. Cám ơn Chúa lòng lành vô cùng. A men! Giôn vẫn kính Chúa, coi Chúa là đấng tối cao, tạo ra muôn loài và phù hộ che chở cho mình. Kẻ thù của Chúa là Sa- tăng. Sa- tăng lúc nào cũng âm mưu lật ngược lại Chúa, để độc tôn. Đức Chúa và Sa- tăng là kẻ thù không đội trời chung. Bọn thằng Hóa là đồ đệ của Sa-tăng.

2.

Khi Hóa xui cúng hình nhân thế mạng hại đời Quang, thì Làn ngần ngại:

- Ai lại thế! Chả gì, em và anh ấy cũng là nghĩa vợ chồng một thời. Vả lại, các anh còn là đồng đội cơ mà?

- Trong cuộc cạnh tranh này, không quyết liệt thì không nên nghiệp lớn đâu. Lúc nào cũng ám ảnh, ràng buộc với quá khứ, thì không thể ngóc đầu lên được, chứ chưa nói chuyện cất cánh. - Hóa hùng biện, vừa thăm dò thái độ Làn, - đấy, em nghĩ mà xem, chúng mình làm vì chính chúng mình. Cái gai như vậy mà không nhờ đường âm nhổ đi, thì ai sẽ phải ra tay. Chẳng qua cũng chỉ là một tờ giấy đốt đi, chứ có phải cầm dao giết người đâu?

Làn rùng mình, định nói điều gì đó, nhưng chép miệng, lại thôi.

- Em với hắn cũng chỉ là khách qua đường.

Nghe Hóa nói, Làn "ơ" lên một tiếng, hắn vội khoát tay, ra hiệu im lặng.

- Đấy, con cái chẳng có, - Hóa chột dạ vì chính câu nói của mình. - Lại suýt nữa còn gây họa cho công ty.

- Anh nói lạ, cái cơ nghiệp này, ai gây dựng? - Làn nói chẻ hoe.

- Anh không đánh hàng về cho em, thì bất quá, cũng chỉ có mấy hạt cát, với mấy viên sỏi, - Hóa cũng nói trắng phớ.

- Hừ! - Làn cười mũi, nhưng trong lòng đã lung lay.

- Anh là người làm ăn chân chính, luôn vạch trần cái xấu xa, để chung tay xây dựng xã hội văn minh, dân chủ. Bên Tây, người ta làm ăn minh bạch lắm.

- Đường nào thì anh cũng nói được, lắm lý. Người ta đồn, anh rắp tâm hại bạn đấy!

- Đấy, tùy em. Việc cầu cõi âm thì anh đã nhờ thầy cúng cao tay rồi, em không phải nhúng vào đâu mà sợ uế tạp. Anh cũng lo cho em lắm chứ. Trên cõi đời này, anh chỉ có mình em, tất cả vì em thôi.

Nghe Hóa thầm thì như nói trong hơi thở, Làn cắn môi nghẹn ngào, suy nghĩ rất lung.

Khi biết chuyện Hóa viết thư gửi tỉnh ủy, công an tỉnh... hòng mượn tay đảng và chính quyền hại chết Quang và Tuyên, Làn điếng người, không thể ngờ được, bạn bè đồng đội mà còn gắp lửa bỏ tay người như thế. Nay lại thấy Hóa xui làm cúng hình nhân thế mạng, triệt hạ đường âm, thì cô không thể tưởng tượng nổi. Nhưng chả nhẽ, mình lại phủi tay, ngoài cuộc. Chính lão thầy cúng cũng băn khoăn, việc thất đức như thế này, đời con cháu gánh cũng chưa hết. Lão có ý bỏ cuộc, nhưng Hóa mở cặp đíp-lô-mát ấn cả cục tiền vào, nên cũng đành nhắm mắt mà làm cho xong chuyện. Lão sợ Hóa, thằng này không phải giống người, da mặt nó thâm dái trâu, mắt trắng dã như ma. Một kẻ hiểm độc, nhưng nó dụng mưu kế luôn thành, vì sau lưng nó có ông tỉnh. Một lũ ma quỷ theo đạo Sa- tăng...

3.

- Anh bảo, không phải là đảng viên, nên chỉ làm phó thôi. - Làn thủ thỉ, - sao anh không vào lại đi?

- Hồi chiến trường, ba thằng anh cùng tổ đảng đấy chứ.

- Thì em biết, nên mới bảo là "vào lại" mà, - Làn hiểu, Hóa đang nói về bạn chiến đấu Tuyên, Quang và chính bản thân mình. - Sao hồi ấy không gọi là đảng Lao động Việt Nam như ngoài Bắc? - cô thắc mắc.

- Cấp trên giải thích là sách lược, còn bản chất vẫn thế. Bây giờ, lại đổi là đảng Cộng sản. Mình dân cần cù, kể ra, vẫn gọi là đảng lao động thì hay hơn, dễ nghe. Nói chữ "cộng sản", thấy nó thế nào ấy. Đấy, gọi là đảng Nhân dân cách mạng, dân theo liền, nếu bảo cộng sản, thì còn lâu.

- Cái mẹo lừa quanh lừa quẩn gọi là sách lược à? Thế thì anh nhiều sách lược nhất, - Làn cười phá lên.

- Xuất ngũ, rồi đi nước ngoài làm ăn, nên chẳng để tâm đến nữa. Bên châu Âu, cộng sản tan vỡ ráo cả. - Hóa không chấp vặt, lại kể về quá khứ, với giọng ráo hoảnh, như người ngoài cuộc, - nhưng bây giờ, phải tính lại.

- Vào lại chứ còn gì phải tính, - Làn sốt ruột giục, như giục tà. - Ngày xưa, đảng kết nạp ai vào phải cân cân nhắc nhắc, nâng lên đặt xuống, nào là thành phần, nào là phẩm chất... Bây giờ, vơ vao cả bọn học sinh, vớ doanh nghiệp như anh thì ngang với bắt được vàng.

- Tính là tính cái chuyện kinh tế. Chứ việc này, anh đã nghĩ đến rồi, - Hóa chép miệng.

- Kinh tế liên quan gì nào? Quá lắm thì làm mấy bữa ăn cho bọn đi xác minh, thẩm tra lý lịch và lễ kết nạp, rồi phong bao ông nọ bà kia là cùng, - Làn lập tức nghĩ ngay đến ăn và tiền.

- Em sâu sắc thế mà có lúc cũng cạn nghĩ. Phải như bà Phát quân sư quạt mo, tính ra liền, - Hóa phơ lên.

- Vâng, em thì đầu óc đậu phụ, - Làn hờn mát.

- Chuyện là thế này, khi biết mình xin vào đảng, ông tỉnh sẽ nhắm ngay vào chỗ Cát- Sỏi cho mà xem... - Hóa lo xa.

- Ông ấy có biệt thự, rồi mấy lô đất, còn định xây mồ cất mả ở đâu nữa, mà nhắm vào công ty ấy của mình, - Làn chua ngoa, xả nỗi bực tức trong lòng.

- Ông ta cần cả cái công ty ấy. Tuy vẫn cho đứng tên em, nhưng cả hồn lẫn xác đã thuộc về ... - Hóa chột dạ, sợ Làn phật ý, cho là mình ám chỉ nọ kia, nên dừng đột ngột, bỏ lửng câu nói.

- Gớm! - Làn không để ý xem Hóa bóng gió gì. Mà bật dậy như bị điện giật.

- Vì ông ta thừa biết mình vào lại tổ chức ấy để làm gì rồi, chứ không phải lý tưởng lý tủng gì sất cả. Hóa lại dở bài kiên trì thuyết phục, nước chảy đá mòn và lơ đễnh cầm cái cốc không trên bàn, uống một ngụm, như hớp không khí.

- Đánh đổi à? - Làn điếng người, nghĩ cái giá phải trả.

- Có khi, mình còn phải đưa cả con bé thư ký bên Vi tính- Tin học sang đấy nữa, - Hóa lèo thêm.

- Này, đừng có tí táu tí mẻ nhá. Nó là con nhà lành, có học. Mẹ nó là chỗ bạn thân của em, nên mới gửi gắm... - Làn xù lông như gà mẹ chống lại diều hâu, bảo vệ đàn con.

- Em phải tin anh chứ. Anh đã nhầm làm đồ tiến cúng, từ lúc em tuyển vào cơ. Thân mình còn chẳng tiếc nữa là... Tất cả vì cơ nghiệp. Anh có cái thẻ đỏ, ngất ngưởng trưởng ban, rồi sẽ bù lại gấp mấy... - Hóa vỗ mạnh một cái vào vai Làn, để tỏ uy quyền.

Làn thở hắt ra, lấm lét nhìn Hóa. Chẳng lẽ, Hóa biết chuyện mình với ông tỉnh, nhưng vờ như không để tạo chỗ dựa làm ăn. Hóa giống Quang? Bọn đàn ông đều giống nhau? Khốn nạn thân tôi quá... Làn nghiến răng thở dài.

- Hóa ra, cái gì cũng đánh đổi được... - Tự dưng, Làn triết lý vụn.

- Sự đời, không đơn giản như lòng bàn tay đâu! - Hóa cũng lên giọng dạy đời.

- Giá mà lo ngay từ lúc trở về, thì có phải nhẹ gánh không? - Làn vẫn tiếc tiền, tiếc của, - Lại đang ăn nên làm ra nữa chứ. Xúc cát, sỏi, có khi lại hay hơn cả cái anh đào quặng.

- Thế người ta mới cần, chứ công ty thua lỗ thì rước của nợ làm gì? - Hóa đặt cái cốc rỗng không xuống bàn, như một cái máy. - Suy đi tính lại, phải thả con săn sắt, bắt con cá rô. Cái đích của chúng mình là núi quặng kia mà, - Hóa dùng từ "chúng mình", là có ý lôi Làn vào cuộc.

- Hay là, thôi... - Làn cầm cái cốc rỗng lên, nghĩ thế nào, lại đặt xuống.

- Cô thì chỉ được cái chưa đ. đã run, - Hóa bỗ bã. - Lại tiếc tiền chứ gì? Nhưng cái sự này, không dừng lại được nữa rồi. Cầm đèn chạy trước ô-tô, dừng lại, nó cán bẹp ruột.

- Ông ta mà dám... - Làn sợ hãi.

- Rồi chúng nó lại kiếm cớ ca bài trốn thuế a, tai nạn giao thông a, ngộ độc a...

Hóa thủng thỉnh liệt kê các thủ đoạn thường gặp trong xã hội. Mỗi câu nó như một nhát dao khía vào da thịt Làn, khiến cô giật mình thon thót.

- Không còn pháp luật gì nữa à? - Làn vớt vát, trấn an.

- Cô cũng còn ngây thơ lắm... - Hóa cười nịnh, - cứ như thời mười tám đôi mươi.

- "Cô" - Làn đay đả, - lại "cô" rồi đấy! - Làn hiểu, cách xưng hô của Hóa gửi thông điệp về thái độ, nên xuống nước, trách yêu.

- À, em yêu... - Hóa cười nhạt, dàn hòa.

4.

Hóa diện bộ com-plê màu ghi, tôn vẻ trí thức, cổ thắt cà-vạt đỏ, ngụ ý tâm huyết cách mạng, tay xách chiếc đen, dáng chính khách.

Hóa cùng các đại biểu nghiêm trang bước vào hội trường, trong tiếng nhạc hùng tráng. Những cái kèn đồng lấp lóa và đội quân nhạc mặc lễ phục trắng, khiến Hóa nhớ đám tang Quang. Không gian đại hội từ màu hồng, ngả sang màu bã trầu. Trên tấm phông lớn màu đỏ, đèn pha chiếu nổi bật dòng chữ về tên, địa điểm, thời gian đại hội. Có lẽ, đây là đại hội đầu tiên không treo ảnh Mác, Lê-nin, nhưng vẫn còn pho tượng Hồ Chí Minh bằng thạch cao phủ nhũ vàng, đặt trên bệ, xung quanh trang trí hoa tươi. Dãy bàn ghê chủ tịch đoàn phủ khăn đỏ và vàng vẫn còn để trống, chưa có người ngồi để điều hành đại hội.

Mất công ty Cát- Sỏi đang hái ra tiền, nhưng được vào đại hội này, cũng là mãn nguyện rồi, Hóa nghĩ bụng. Làn đã làm việc với ông tỉnh và cánh phóng viên, sẽ có cuộc phỏng vấn anh giữa giờ giải lao. Cám ơn những tấm tôn múi và đàn bò sữa Úc châu. Anh miên man nghĩ. Kìa, ông tỉnh ngồi trên hàng ghế đầu, đã đứng lên quan sát một vòng hội trường, thể hiện sự uy quyền, quán xuyến đại hội và mỉm cười với anh. Anh cũng kín đáo đưa bàn tay lên chào, chiếc nhẫn mang cặp số "2.2" ánh lên như một tia chớp; rồi chuyển nhanh sang động tác giả vuốt mớ tòa lòa xòa trên vầng trán cao…

*

Làn chạy xe rà rà trên đường. Xung quanh trung tâm hội nghị tỉnh, bóng sắc phục công an và bộ đội canh gác dày đặc. Cả không gian nhuốm đỏ màu cờ phướn, biểu ngữ, cờ đảng, cờ tổ quốc tung bay phần phật trong ngọn gió mùa đông bắc. Xe cộ phải vòng tránh đường khác. Làn bấm nút kéo kính lên cao, chắn gió lạnh. Mấy cô gái Quần Trắng gánh măng xuống chợ Tam Cờ, cũng tránh qua phố nhỏ. Làn chạnh nhớ thời thiếu nữ, cũng lội suối trèo đèo hái măng, chở xe đạp về thị xã bán kiếm đồng. Thời ấy gian khổ, nhưng vô tư, trong sáng như nước suối ban mai. Ồ, nước suối hồi ấy sao mà mát, có thể tắm lặn rôm và uống mát ruột. Suối bây giờ, lờ lờ nước hến, nong nóng, không ai dám tắm giặt và uống nữa. Thời nào, suối ấy. Ngày nay, ăn sung mặc sướng, nhưng trong lòng bất an. Người là loài động vật cao cấp bị trời đày chăng?

Chắc đại hội đã đến giờ giải lao. Bên hành lang, hẳn là cánh phóng viên đang phỏng vấn Hóa. Cô tưởng tượng ra vẻ phong lưu, chững chạc của chồng. Chàng diễn giỏi, cô cảm thấy hài lòng.

Làn chạy xe qua cổng Tây Môn. Cái cổng lù lù đứng chắn giữa ngã tư đường, nom như cái lò gạch. Có lẽ, phải gọi là khúc xương mắc họng mới đúng, phá di tích lịch sử xếp hạng quốc gia thì chẳng dám, mà để cản tầm nhìn giao thông, khối người chết oan, bởi tai nạn.

Làn nhớ buổi gặp định mệnh với Quang ở chỗ Nam Môn, nhưng dân quen gọi Cổng Lấp. Cô cắp nón đón củi, gặp chàng Thạch Sanh... Thấm thoắt thế mà đã mấy chục năm rồi.

Có biết bao người đi qua đời mình, nhưng chỉ có Quang là làm tình một cách trang trọng, như tôn thờ, chỉ có điều đơn diệu, cổ điển quá... Nghĩ đến đây, Làn cảm thấy cay cay sống mũi, nước mắt ứa ra. Cô vội bấm nút hạ kính xuống cho thoáng.

Màu bã trầu ở đâu đó, loang ra cả thành cổ, vây lấy xe, tạo thành một cái túi như quả bong bóng khổng lồ. Có tiếng kèn đồng vọng lại. Một anh hàng chổi đạp xe rao ời ợi: "Ai chờ... ổi, ổi, ổi... đây, ây, â... y...". Cô ngỡ Quang hiện hồn, vội dừng lại, mua một cái chổi chít, nhẹ nhàng quét khắp vỏ xe, màu bã trầu bết lại như máu.

Thành phố Tuyên Quang, 2013 - 2019

VXT

Mục lục

Chương một	7
Chương hai	15
Chương ba	21
Chương bốn	29
Chương năm	37
Chương sáu	45
Chương bảy	53
Chương tám	59
Chương chín	67
Chương mười	75
Chương mười một	83
Chương mười hai	91
Chương mười ba	99
Chương mười bốn	107
Chương mười lăm	111
Chương mười sáu	121
Chương mười bảy	127
Chương mười tám	133
Chương mười chín	141
Chương hai mươi	149
Chương hai mươi mốt	155
Chương hai mươi hai	163
Chương hai mươi ba	171
Chương hai mươi tư	179
Chương hai mươi lăm	185
Chương hai mươi sáu	191
Chương hai mươi bảy	197
Mục lục	207

Liên lạc Vũ Xuân Tửu
xuantuuvu@gmail.com

www.ingramcontent.com/pod-product-compliance
Lightning Source LLC
LaVergne TN
LVHW100041051026
849525LV00001B/186
* 9 7 8 1 9 8 9 9 2 4 4 3 3 *